日本語能力試験・日本留学試験
読解対策シリーズ
JLPT/EJU reading comprehension series
JLPT/EJU 阅读理解系列措施
Loạt sách ôn luyện đọc hiểu cho JLPT/EJU

英語・中国語・ベトナム語
対訳付き

日本語 N1

文法・読解

まるごとマスター

N1 Grammar and Reading Comprehension: A Complete Guide
日语 N1 语法・阅读理解的全面掌握
Nắm vững toàn bộ phần ngữ pháp-đọc hiểu tiếng Nhật trình độ N1

水谷信子 監修
森本智子・黒岩しづ可・青木幸子・高橋尚子・
渡邉亜子 共著

Jリサーチ出版

はじめに

Preface
前言
Lới Mở Đáu

『日本語Ｎ２　文法・読解まるごとマスター』の続編として、『日本語Ｎ１　文法・読解まるごとマスター』をお届けします。

　日本語教材のうち、読解の学習書は少ないのが現状です。これは、読解力の向上に必要な、あるいは有効な学習法があまり進まなかったからかもしれません。読解力をつけるための学習法を開発して、意欲的な学習者の皆さんの役に立ちたいという願いからこのシリーズを立ち上げ、「Ｎ５」から「Ｎ１」へとそろえることができ、長年、日本語教材の開発に従事してきた者として、大変うれしく感じています。

　この教材の特色は、読解力を高めるため、文法項目を整理しながら実際の文例に即した学習ができるように工夫したことです。また、文を構成する各要素の関係を図解によって理解できるようにしました。文の成り立ちをよく理解し、重要な文法項目をひとつずつ着実に身につけて、次第に文の長さや文法項目の複雑さを克服していくよう工夫しました。今回の「Ｎ１」では一層、文章をより長く、構成をより複雑にしつつ、皆さんの読解力がさらにレベルアップするよう努めました。皆さんが活用してくださることを心から願っています。

水谷信子

謝辞

　本シリーズの制作にあたっては、始まりのときから常に、水谷信子先生より温かいご指導とご助言を頂戴しました。それが何よりの支えとなり、励みとなりました。シリーズの全レベルをそろえることができ、この場を借りて、改めて感謝を申し上げます。ありがとうございました。

Ｊリサーチ出版編集部

目次
もくじ

Table of Contents
目录
Mục lục

PART 1

実践！ 読解トレーニング　文章編
じっせん　どっかい　ぶんしょうへん

Try it for Real! Reading Comprehension Training: Composition Section　**15**

実践！读解训练　文章篇

Thực tiễn! Luyện tập đọc hiểu　Tập Đoạn văn

PART 2　実践！ 読解トレーニング　情報編
じっせん　どっかい　　　　　　じょうほうへん
Try it for Real! Reading Comprehension Training: Information Section　**163**
实践！读解训练　情报篇
Thực tiễn! Luyện tập đọc hiểu　Tập Thông tin

● **この課のタイトル／ Title of This Lesson ／本课的标题／ Tên bài**

「Grammar Target」から主なものを一つ取り上げ示しています。

Points out and indicates one major element from 「Grammar Target」.

表示从「Grammar Target」的主要内容中抽出其中的一个。

Nêu ra một câu chính trong phần「Grammar Target」.

● **Grammar Target**

この課で取り上げた N1 レベルの文法項目です。

N1 level grammar items discussed in this lesson.

是指本课所提示的 N1 水平的语法项目

Là những đề mục ngữ pháp trình độ N1 có trong mỗi bài.

● **モデル文章／ Model sentences ／模式文章／ Đoạn văn mẫu**

「Grammar Target」を含む文章の例です。

Example sentences including 「Grammar Target」.

包含「Grammar Target」内容在内的文章的例子。

Là đoạn văn mẫu bao gồm các đề mục ngữ pháp có trong「Grammar Target」.

PART 1
実践！読解トレーニング
文章編
§1 (L1-10)

Lesson 3 科学者とあたま
Scientists and Heads ／科学家和大脑／ Nhà khoa học và trí óc

Grammar Target
◆ 〜までもない

「頭のいい」学者はまた、何か思いついた仕事があった場合にでも、その仕事を結果の価値という点から見て、せっかく骨を折っても結局たいした重要なものになりそうもないという見込みをつけて着手しないで終わることが多い。しかし、「頭の悪い」学者はそんな見込みが立たないために、人からはきわめてつまらないと思われることでもなんでも、がむしゃらに仕事に取りついて、わき目もふらずに進行していく。そうしているうちに、初めには予期しなかったような重大な結果にぶつかる機会も決して少なくはない。この場合にも、「頭のいい」人は人間の頭の力を買いかぶって、天然の無際限な奥行きを忘却するのである。科学的研究の結果の価値は、それが現われるまではたいてい、だれにもわからない。また、結果が出た時にはだれも認めなかった価値が、十年百年ののちに初めて認められる、ということも珍しくはない。

頭がよくて、そうして、自分を頭がいいと思い利口だと思う人は、先生にはなれても科学者にはなれない。人間の頭の力の限界を自覚して、大自然の前に愚かな赤裸の自分を投げ出し、そうして、ただ大自然の直接の教えにのみ傾聴する覚悟があって、初めて科学者になれるのである。しかし、それだけでは科学者にはなれないことも、もちろんである。やはり観察と分析と推理の正確周到を必要とするのは言うまでもないことである。

つまり、頭が悪いと同時に頭がよくなくてはならないのである。

この事実に対する認識の不足が、科学の正常なる進歩を阻害する場合がしばしばある。★これは、科学にたずさわるほどの人々の慎重な省察を要することと思われる。

（『科学者とあたま』 寺田寅彦より）

Vocabulary

□ 骨を折る：苦労する。
□ がむしゃら（な）：夢中になって、強引に物事をする様子。
□ わき目もふらず：そのことだけに集中して、他のことに関心を持たないで。
□ 買いかぶる：能力などを実際以上に高く評価すること。
□ 無際限（な）：範囲がないこと。
□ 利口（な）：頭がいい、賢い。
□ 赤裸：何も隠していない。「あかはだか」とも。
□ 周到（な）：細かいところまできちんとすること。
□ 省察：いいか悪いかを考えること。

「Grammar Target」に掲げた項目の説明です。

Explanations of items Printed in「Grammar Target」

是列举在「Grammar Target」中所提项目的说明。

Là phần giải thích về các để mục có trong「Grammar Target」.

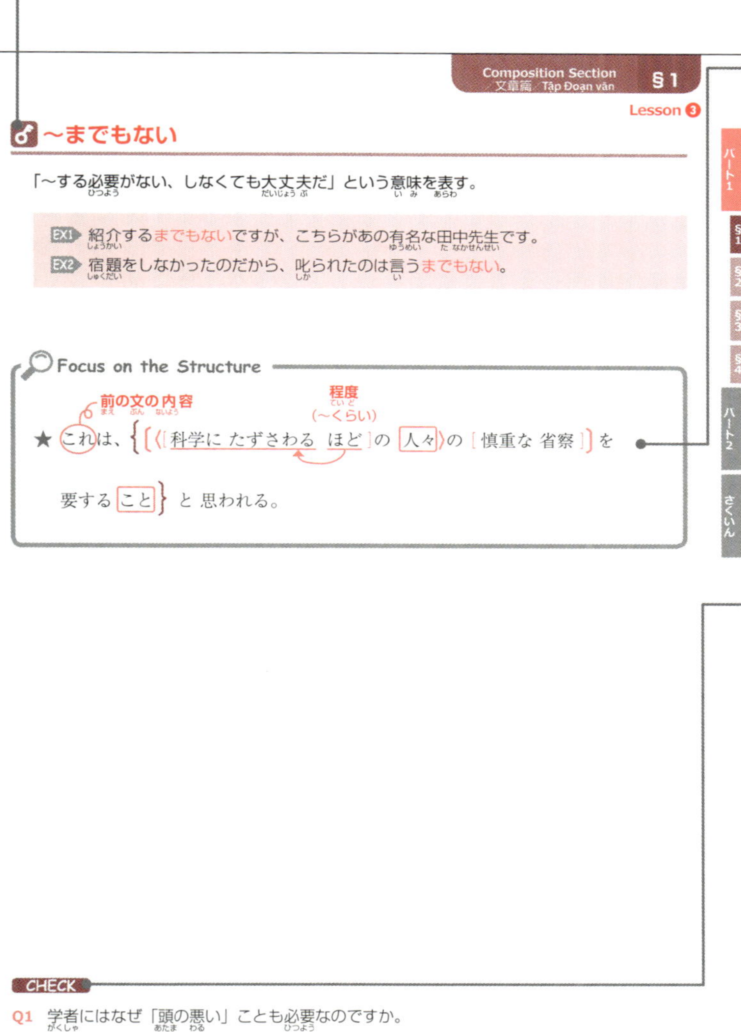

● **Focus on the Structure**

モデル文章から1～2の文を取り上げ、文の構造や修飾関係を説明しています。

Discusses 1~2 sentences from model sentences, and describes sentence structure and/or modifier relationship.

从模式文章抽出1～2个句子来说明句子的构造及修饰关系等。

Đưa ra câu 1~2 trong đoạn văn mẫu, giải thích về cấu trúc hoặc mối quan hệ bổ nghĩa của câu.

● **理解度チェック**／ **Check Your Understanding** ／**核实理解程度**／ **Kiểm tra mức độ hiểu**

毎回2つまたは1つ、文章を理解できたか確認するための簡単な問題があります。

Each passage has one or two simple questions you can use to make sure you understood it.

每次有两个或一个确认是否理解文章的简单练习问题。

Mỗi lần sẽ có 2 hay 1 bài đơn giản để kiểm tra lại xem người học có hiểu nội dung đoạn văn không.

✳ 主な 記号など　Major Symbols, Etc.／主要的记号等／Những ký hiệu chính

記号	日本語	English	中文	Tiếng Việt
↱ ↱	修飾 動詞→目的語	Modifier Verb → object	修饰 动词→宾语	bổ nghĩa động từ → tân ngữ
[　]	名詞句	Noun Phrase	名词句	cụm danh từ
〈　〉	句	Passage	句	cụm từ
＼　／	副詞、副詞句	Adverb, adverbial phrase	副词，副词句	trạng từ, cụm trạng từ
《　》	接続詞	Conjunction	连词	liên từ
〔　〕	節	Clause	节	mệnh đề
◯ ◯	助詞	Particle	助词	trợ từ
▭	修飾される 語	Modified word	被修饰语	từ được bổ nghĩa
＝	主節	Principal clause	主节	mệnh đề chính
S - V	主語ー述語 主部ー述部	Subject - Predicate	主语ー谓语 主部ー谓部	chủ ngữ-vị ngữ
グレーの字 Gray characters／灰体字 ／chữ in màu xám	省略された 語句	Omitted words	被省略的语句	cụm từ được lược bỏ

✳ 主な 略称　Main Abbreviations／主要略称／cách nói tắt chủ yếu

略称	日本語	English	中文	Tiếng Việt
V	動詞	Verb	动词	động từ
A	イ形容詞	*I*-adjective	イ形容词	tính từ đuôi I
NA	ナ形容詞	*Na*-adjective	ナ形容词	tính từ đuôi NA
N	名詞	Noun	名词	danh từ
Vます	動詞の ます形	Masu form of a verb	动词的ます形	thể MASU động từ
Vて	動詞の て形	Te form of a verb	动词的て形	thể TE động từ
Vた	動詞の た形	Ta form of a verb	动词的た形	thể TA động từ
Vる	動詞の 辞書形	Dictionary form of a verb	动词的词典形	thể từ điển động từ

この本のねらい

本書では、次のことを主なねらいとしています。

❶ より長く複雑な文に対しても、文の構造や修飾関係を理解できるようになること。

❷ 代名詞の指示内容を正しくとらえること。

❸ 動作の主体や対象など、人と動作・行為の関係を正しくとらえること。

❹ 主語や目的語、あるいは助詞など、省略されているものを補えるようになること。

❺ さまざまなジャンル・テーマ・スタイルの文章を通して、語彙を増やすこと。また、さまざまな表現を知ること。

❻ 実際の文章の中で、N1 レベルを中心とした文型の意味・用法を改めて理解すること。

❼ 文章全体の趣旨や流れをつかめるようになること。

This book's purpose

This objective of this book is to aid in comprehension of:

---

❶ Longer and more complicated sentences, their structure and relation grammatical modifiers.

❷ Pronouns and what they represent in the context of a passage.

❸ Who is performing an action along with the correct relationship between a subject and target in regards to an action.

❹ The omission of certain grammatical subjects and objects as well as particles.

❺ A wide variety of vocabulary and expressions through exposure to different genres, themes and styles of writing.

❻ JLPT N1-level grammar and usage as seen in real-life examples of written Japanese.

❼ The main idea and flow of an entire passage of writing.

本书目的

本书有以下几个主要目的。

---

❶ 即便看到较长且复杂的句子，也可以理解其句子的构造和修饰关系。

❷ 能够正确领会代名词所指示的内容。

❸ 能够正确领会动作的主体或对象等，理解人与动作 / 行为的关系。

❹ 能够领会主语或目的语或者助词等被省略的部分。

❺ 通过阅读各种类型 / 主题 / 风格的文章，增加词汇量。并且了解各种表现。

❻ 在实际文章中，以 N1 水平为主，重新理解句型的意思和用法。

❼ 学会掌握文章全体的主要内容和脉络。

Mục đích của giáo trình

Cuốn sách này xây dựng những mục đích chính dưới đây

❶ Người học có thể hiểu được cấu trúc câu và quan hệ giữa các thành phần câu dù câu dài và phức tạp hơn.

❷ Có thể hiểu đúng ý đang nhắc đến của đại từ.

❸ Nắm bắt chính xác quan hệ giữa người và động tác, hành vi như chủ thể của hành động và đối tượng hành động.

❹ Có thể nắm bắt được những từ bị lược như chủ ngữ, tân ngữ hay trợ từ.

❺ Tăng vốn từ thông qua những đoạn văn trải rộng trên nhiều lĩnh vực, tiêu đề, phong cách. Ngoài ra còn biết thêm nhiều cách nói đa dạng.

❻ Một lần nữa lí giải được ý nghĩa, cách sử dụng các mẫu câu trong cấp độ N1 thông qua những đoạn văn thực tế.

❼ Nắm được ý chính và mạch của toàn đoạn văn.

PART 1

実践！ 読解トレーニング
文章編

Try it for Real! Reading Comprehension Training
Composition Section

实践！读解训练
文章篇

Thực tiễn! Luyện tập đọc hiểu
Tập Thông tin

Lesson 1　鎌倉のあじさい

The Hydrangeas of Kamakura ／鎌仓的绣球花
／ Hoa cẩm tú cầu ở Kamakura

　東京に転勤になり2年がたった。たまたま平日に休みがとれたので、以前から訪れてみたいと思っていた鎌倉に行ってみることにした。鎌倉は東京から電車で約1時間のところにある。歴史ある寺や神社が立ち並び、山と海に囲まれた自然豊かな人気の観光地である。鎌倉と言えば「大仏*1」を思い浮かべる人も多いが、6月のこの時期は、ちょうどあじさい*2の花がきれいなころだ。私は「あじさい寺」と言われている明月院*3という寺に行くことにした。

　北鎌倉駅で電車を下りると、小さな駅のホームはたちまち観光客でいっぱいになった。この日も梅雨らしい天気で、強い雨が降っていたが、観光客たちは雨をものともせず、人気の明月院に向かって足早に歩いて行く。私もその列について歩いて行った。10分ほど歩くと、寺の入り口に着いた。この時期はいつにもまして、鎌倉を訪れる観光客が多いようで、平日にもかかわらず、寺の入り口には入場券を買う人の行列ができていた。

　寺の境内*4に入ってしばらく進むと、青いあじさいの花が目に飛び込んで来た。この寺は山の斜面に建っており、山一面が青いあじさいの花で、埋め尽くされていた。「明月院ブルー」と言われるだけのことはある。雨に濡れた青色がとても美しい。境内には薄い霧がかかっており、木々の緑とあいまって、何とも幻想的な風景だ。訪れた客たちは、ここぞとばかりに写真を撮っている。私も何枚か写真を撮ってみたが、「明月院ブルー」の美しさをうまく写真に収めることはできなかった。

　今回初めて鎌倉を訪ね、鎌倉の魅力が少しわかった気がした。電車で1時間のところにこんなに趣のある場所があるなら、もっと早くに行っておけばよかった。次は、大仏や海を見に行くのもいいだろう。民家の間をすれすれに走る江ノ電*5に乗るのも楽しそうだ。私はこれから、鎌倉に通うことになりそうである。

*1　大仏：大きな仏像。
*2　あじさい：hydrangea／绣球／hoa cẩm tú cầu
*3　明月院：寺の名前。
*4　境内：寺や神社が建っている土地。
*5　江ノ電：江ノ島電鉄の親しみを込めた言い方。鎌倉などの海岸沿いを走る電車。

Vocabulary

□ たちまち：すぐに

□ 足早に：早く歩く様子
　あしばや　はや　ある　ようす

□ 幻想的：mystical, fantastical ／虚幻的 ／ huyền ảo
　げんそうてき

□ 趣：quaint ／味 ／ nét, chất
　おもむき

🗝 〜をものともせず

厳しい条件を気にせず立ち向かう様子を表す。書き言葉でよく使う。
きび　じょうけん　き　　た　む　　ようす　あらわ　　か　ことば　　つか

EX1 親の反対をものともせずに、彼は自分の夢を実現させた。
　　おや　はんたい　　　　　　　　かれ　じぶん　ゆめ　じつげん

EX2 彼は、激しく流れる川をものともせず、子どもを助けるため、川に飛び込んだ。
　　かれ　はげ　なが　かわ　　　　　　　　こ　　　たす　　　　　かわ　と　こ

🗝 〜にもまして

「過去のある時点と比べ、それ以上に」という意味を表し、程度が高くなることを後で述べる。
か　こ　　じてん　くら　　　　いじょう　　　　　　いみ　あらわ　ていど　たか　　　　　　あと　の
「以前にもまして」「いつにもまして」がよく使われる。
い　ぜん　　　　　　　　　　　　　　　　つか

EX1 今日の彼女は、いつにもまして機嫌がいい。何かいいことがあったのだろう。
　　きょう　かのじょ　　　　　　　　　きげん　　　なに

EX2 この地域の環境は、以前にもましてひどくなっている。
　　ちいき　かんきょう　い　ぜん

🗝 〜とあいまって

名詞に付いて、「他の〜と一緒になることでさらに効果を高め合って」という意味を表す。
めいし　つ　　　ほか　　いっしょ　　　　　　　こうか　たか　あ　　　　いみ　あらわ
書き言葉的な表現。
か　ことばてき　ひょうげん

EX1 酒臭い部屋は、たばこのにおいとあいまって、たえられないものになっていた。
　　さけくさ　へ や

EX2 最後のシーンは、美しい音楽とあいまって、とても感動的だった。
　　さいご　　　　　　うつく　おんがく　　　　　　　　　　　かんどうてき

CHECK

Q1 「明月院ブルー」とは、何のことですか。
　　めいげついん　　　　　なん

Q2 筆者はなぜ、これから鎌倉に通うことになりそうなのですか。
　　ひっしゃ　　　　　　　かまくら　かよ

Lesson 2　梅干しの効用

The Effects of Umeboshi ／梅干的效果／ Công dụng của mơ muối

　日本で米と一緒によく食べられる食品に、梅干しがある。梅干しとは、梅[*1]の実を塩と一緒に漬けて干した保存食である。スーパーなどで売っているが、自分の家で作る人もいる。その家ごとの作り方があり、祖母や母から作り方を教わり、代々その味を受け継いでいるという家庭もある。

　梅干しは長期保存ができる便利な食品であるにとどまらず、病気の予防や治療にも使われている。梅干しには消毒や殺菌の効果があるので、食中毒の予防として使われる。コンビニなどで売っているお弁当には、よくご飯の上に梅干しがのっているが、お弁当に入っている梅干しは、お弁当が腐るのを防ぐ役割も果たしているのだ。

　旅行に行くときに、梅干しを持って行くという人も多い。旅先で体調を崩したときでも、梅干しを持っていれば心配には及ばない。日本では風邪を引いたりお腹を壊したりしたときには、梅干しの入ったお粥[*2]を食べることが多いが、腹痛や下痢になったときに食べると、症状を改善してくれる効果がある。また現地でおいしいものを食べ過ぎたときには、梅干しが消化を助けてくれるので、胃腸薬としても使える。

　あちこち観光に行って疲れたときに食べると、疲労回復にも役立つし、乗り物に乗る前に梅干しを食べておくと、乗り物酔いを防ぐ効果もあると言われている。持ち歩きしやすいように、乾燥させた梅干しや、梅を使ったガムやあめ、梅で作った薬なども売られている。

　梅干しはかなり酸っぱいので、苦手だという人もいる。しかし、これさえあれば医者は必要ないとは言えないまでも、これだけ多くの効用が期待できるとあれば、食生活に取り入れてみる価値があるのではないだろうか。

[*1]　梅：Japanese apricot
[*2]　お粥：米に多くの水を入れて炊いたもの。

Vocabulary

□ 漬ける：食材を塩や味噌などの中に入れて味をつけること。

□ 代々：何世代も続いていること。

🗝 〜にとどまらず

時間や場所について、「その範囲に限らないで、それだけではなく」という意味を表す。

> **EX1** この影響は、日本国内にとどまらず、海外にも及ぶだろう。
>
> **EX2** この流行語は、若者だけにとどまらず、子どもたちの間にも広まった。

🗝 〜にはおよばない

その必要はないという意味を表す。

> **EX1** ちょっと転んだだけですから、心配にはおよびません。
>
> **EX2** 資料を読めばわかりますから、ご説明いただくにはおよびません。

🗝 〜ないまでも

「そこまでの程度でなくても、せめてこれぐらいは」という意味を表す。文末には義務、意志、命令、希望などの表現が用いられる。

> **EX1** 毎日とは言わないまでも、2日に1度は掃除しようと思う。
>
> **EX2** 授業を休むなら、教師に直接連絡しないまでも、学校か友達には伝えるべきだ。

🗝 〜とあれば

「AならBだ」という意味で、後には、実現されなければならないことを述べる場合が多い。

> **EX1** 彼女の頼みとあれば、聞かないわけにはいかない。
>
> **EX2** 5年に1回の大きなお祭りとあれば、ぜひ見てみたい。

CHECK

Q1 弁当に梅干しが入っているのはどうしてですか。

Q2 梅干しはどんな症状に効果がありますか。

Lesson

3　科学者とあたま
かがくしゃ

Scientists and Heads ／科学家和大脑／ Nhà khoa học và trí óc

Grammar Target

◆〜までもない

　「頭のいい」学者はまた、何か思いついた仕事があった場合にでも、その仕事を結果の価値という点から見て、せっかく骨を折っても結局たいした重要なものになりそうもないという見込みをつけて着手しないで終わることが多い。しかし、「頭の悪い」学者はそんな見込みが立たないために、人からはきわめてつまらないと思われることでもなんでも、がむしゃらに仕事に取りついて、わき目もふらずに進行していく。そうしているうちに、初めには予期しなかったような重大な結果にぶつかる機会も決して少なくはない。この場合にも、「頭のいい」人は人間の頭の力を買いかぶって、天然の無際限な奥行きを忘却するのである。科学的研究の結果の価値は、それが現われるまではたいてい、だれにもわからない。また、結果が出た時にはだれも認めなかった価値が、十年百年ののちに初めて認められる、ということも珍しくはない。

　頭がよくて、そうして、自分を頭がいいと思い利口だと思う人は、先生にはなれても科学者にはなれない。人間の頭の力の限界を自覚して、大自然の前に愚かな赤裸の自分を投げ出し、そうして、ただ大自然の直接の教えにのみ傾聴する覚悟があって、初めて科学者になれるのである。しかし、それだけでは科学者にはなれないことも、もちろんである。やはり観察と分析と推理の正確周到を必要とするのは言う**までもない**ことである。

　つまり、頭が悪いと同時に頭がよくなくてはならないのである。

　この事実に対する認識の不足が、科学の正常なる進歩を阻害する場合がしばしばある。★これは、科学にたずさわるほどの人々の慎重な省察を要することと思われる。

（『科学者とあたま』 寺田寅彦より）

Vocabulary

- □ 骨を折る：苦労する。
- □ がむしゃら（な）：夢中になって、強引に物事をする様子。
- □ わき目もふらず：そのことだけに集中して、他のことに関心を持たないで。
- □ 買いかぶる：能力などを実際以上に高く評価すること。
- □ 無際限（な）：範囲がないこと。
- □ 利口（な）：頭がいい、賢い。
- □ 赤裸：何も隠していない。「あかはだか」とも。
- □ 周到（な）：細かいところまできちんとすること。
- □ 省察：いいか悪いかを考えること。

🗝 〜までもない

「〜する必要がない、しなくても大丈夫だ」という意味を表す。

EX1 紹介するまでもないですが、こちらがあの有名な田中先生です。

EX2 宿題をしなかったのだから、叱られたのは言うまでもない。

🔍 Focus on the Structure

前の文の内容　　　　　程度
　　　　　　　　　　　（〜くらい）

★ これは、{ [〈[科学に たずさわる ほど]の 人々〉の [慎重な 省察]]を

要する こと } と 思われる。

CHECK

Q1　学者にはなぜ「頭の悪い」ことも必要なのですか。

Q2　科学者になるうえで、「頭のいい」学者が持っている要素は何ですか。

Lesson 4 一つ買ったら三つ捨てる

Buy One Thing, Throw Away Three ／买一扔三／ Mua một bỏ ba

　　ずいぶん前から、物を減らさなければといい続けているのに、ほとんど物は減っていないような気がする。一年前から、

　　「一つ買ったら三つ捨てる」

　　と心に決めて、何か捨てるものはないかと、目を皿のようにして物色している。たしかに洋服や靴は減っているのだが、それでも「こんなにあるのか」と我ながら呆れる。

　　たとえば衣類だと、肌着、靴下、パジャマはのぞいて、私が現在持っている総枚数は四十八枚で、私としてはまだ減らせるのではないかと、クローゼットを眺めているけれど、ひとまわり年下の女性の知人たちからは、

　　「少ないですねえ」

　　といわれた。彼女たちには通勤があるので、私のような居職*と違って、人目に触れる機会も多いし、何日も同じような格好でいるのも抵抗があるだろう。私も若い頃はもっと枚数が多かったが、実際に着る枚数はそう変わっていない気がする。つまりタンスの肥やしが多いか少ないかの問題なのだ。

　　（中略）

　　今の若い人たちは感覚が違うかもしれないが、昔から「もったいない」が教育として植え付けられた世代は、

　　「整理しなくちゃ」

　　と思っても、

　　「いつか使える」

　　がすぐ頭に浮かんで、どうやっても捨てられない。私もこれまで整理整頓やら物の捨て方の本を何冊も読んだ。そのなかに共通して書いてあったのは、

　　「いつか使えるととっておいても、使える日は来ない」

　　という言葉だった。まだそのときは若かったから、

　　「そうはいったって、十年、二十年先に使う日は来るに違いない」

　　と信じていたのだが、その十年後、二十年後の今になってみると、見事に使う日は来なかった。おっしゃる通りでしたと、頭を下げるしかない。たとえば

これから十年先、二十年先に使うかもといったって、そのときはすでに立派な高齢者になっているので、使う機会が巡ってきたとしても、自分の体が動かなくなって、使いたくても使えなくなる可能性だってある。それで私は日々、

「一つ買ったら三つ捨てる」

を習慣にした。しかしまだ、うんざりするほど物があるので、これから所持品を今の三分の一の量に減らすのに、何年くらいかかるか想像もつかないのだ。

（『寄る年波には平泳ぎ』群ようこ　幻冬舎文庫より）

＊居職：自宅で座って仕事をする職業。

Vocabulary

□ 目を皿のようにして：目を大きく見開く様子を表し、注意深く見ることや驚きを意味する。

□ 物色する：多くの中から適当なものを探し出すこと。

🔑 〜ながら

「〜でありながら」という意味。〜という立場や性質を越えた言動について述べることが多く、「〜ではあるが」「〜なのに」などのニュアンスを含むことが多い。

EX1 小さい会社ながら、非常に高い技術力を持っている。

EX2 その時は、私も子どもながら心配しました。

CHECK

Q1 筆者は、どうして物が捨てられないのですか。

Q2 筆者は、何を習慣としていますか。

Lesson
5 時間があるとき、時間がないとき
When You Have Five Hours and When You Don't Have Time
／有时间的时候、没有时间的时候
／Lúc có thời gian, lúc không có thời gian

　勉強もそうだが、頭を使う作業では、あまりたっぷり時間があってはいけない。たとえば、日曜日。そのつもりになれば一日中勉強ができる。あれもこれもと欲ばった計画をたてるが、その通りにいったためしがない。ひどいときには半分もできないことがある。時間がある、と気を許すのがいけないらしい。入り口で道草をくって、とりかかりがおくれたりするのである。

　文章を練るのにもっとも適したところは、馬上、枕上、厠上*1である。そう言ったのは中国の昔、欧陽脩という人である。馬上は、いま風ならば乗りものの中になろう。枕上は床に入っている状態で、これにはいまも昔もない。同じく厠上はトイレの中である。おもしろいのは、机に向かっていて文章を考えるのではないことである。こういう、やや不自由な状況におかれたときに、そして、思うようにならないところで、頭がよくはたらく。よい考えが浮かぶ。そういう経験律*2をのべたのが、この馬上、枕上、厠上で古来"三上"としてよく知られている。

　場ちがいのところがよいのである。拘束されて自由にならない状態が好ましい。あまりよい条件ではない環境において、かえって頭は活発にはたらくことを発見したのである。

　河の流れは、川幅が狭くなったところではげしく速く流れる。広くなると、急湍を忘れたかのように、悠々と流れていく。制約が加わると、エネルギーが高まるのは、知的活動においても変わりがない。

＊

　忙しく、時間のないときは、気持ちがはりつめていて、時間の短いわりにたくさんのことができる。書き入れどきだと思った日曜にし残したことを、忙しい翌日になって片付けることがすくなくない。

　最も多く時間のあるのは夏休みである。いくらでも勉強ができるように思うけれども、実際には、毎日をぼんやりすごして、どうしてもしなくてはならない宿題すらロクにできないまま、休みあけを迎える。

（『ちょっとした勉強のコツ』外山滋比古　PHP文庫より）

＊1　経験律：経験から得られた法則性、ものの見方。
＊2　急湍：川で、流れのはやいところ。

Vocabulary

□　〜たためしがない：〜たことがない。

□　いま風：今風、現代風。現代の言い方ややり方など。

□　道草をくう：目的地に行く途中で、別のことをして時間を使うこと。

□　書き入れどき：商売で、商品がよく売れて、一番もうかる時期。ここでは、最も収穫の多い時期。

□　ろくに〜ない：十分に〜できない。

🔑 〜（で）すら

最低のレベルのものを一つ例に取り上げて、「〜でさえ、そうだから、ほかは当然そうだ」という意味を表す。

EX1　こんな簡単な問題、子ども**ですら**解けるよ。

EX2　いつも元気な彼**ですら**風邪を引くのだから、みんな体調を崩しても当然だ。

CHECK

Q1　どうして、日曜日に一日中勉強ができないのですか。

Q2　どんなところで頭がよくはたらきますか。

Lesson 6 雪の森の一夜

Night in the Snowy Forest ／雪森林之一夜／ Một đêm trong rừng tuyết

冬のはじめにしても、こんな春先にしても、山麓をどんな風に歩けばいいということはむずかしいことです。赤河原*1から八丁坂*2という急なのぼりにかかりますが、その辺はもうスキーを履いていたので、それほど苦労はしませんでした。

その八丁坂を登りつめて、広い尾根に出た時に、今、牡羊座にある金星がかっきりと光り出すのを見ました。広い尾根と言っても、ずっと樹林帯が続いていて見とおしは全くききません。もう夜になれば、ほとんどうごけなくなるのですが、その赤い印があったために、どうやらここまで辿れたことを、悦ぶことにしましょう。

*

二時。気温は零下14度に下がりました。この分では夜明けには20度近くになりそうです。私はさっきから眠ることを考えました。寝袋の中にすっぽりと体を入れれば、熟睡はできなくとも、少しは眠れそうですが、月齢十九の月*3がそろそろこの森にも訪れて来ましたので、とうていもったいなくて眠る気になりません。

（中略）

私は今、隣にうずくまっている友だちが想ったように、童話の一場面をここに見ているというのが一番すなおかも知れません。けれども、もっと正直に言えば、ただここにいることを一生懸命に意識するだけで、何も考えられないのです。私は今、無理に童話も詩も望まないことにしました。それらは恐らく、生まれるとすればもう少しのちになってからです。

（中略）

*

私は10分ぐらいずつ、3回ほどごく浅い眠りに落ちたようです。その眠りをおこしたものは、冷たい大気の流れ、それから、夢を見させてくれるまでには至らなかった月の光が顔をさしたため。

　　そして今、最後の眠りをさましたものは、この朝の訪れです。目の前に、しかも見あげるほどのところに仙丈*4からの尾根がつき出し、そこが、そろそろバラ色になりかけています。

　　私たちは目をさましているのですが、動こうとする者はいません。なぜでしょうか。それは多分、もう一度、小鳥のすばらしい朝のさえずりを聞きたいと思っているからです。

　　★小雀*5の、最初に目ざめた一羽の小雀の、あの声を、どうしてお伝えしたらいいでしょうか。

（1956 年 3 月）

（「雪の森の一夜」『新選 山のパンセ』串田孫一　岩波文庫より）

＊1　赤河原：登山ルートの名前。
＊2　八丁坂：登山ルートの名前。
＊3　月齢十九の月：新しい月ができてからの日数を表したもの。満月はほぼ月齢十五にあたる。
＊4　仙丈：仙丈ヶ岳。高さは 3033 メートル。
＊5　小雀：great tit／伟大的山雀／tuyệt vời

Vocabulary

□ 尾根：山頂から山頂へと続く、山々の高い部分。　　□ 牡羊座：Aries／白羊座 ／cung Bạch Dương

🔑 〜にしても

「〜の事態を仮に認めた場合でも」という意味を表す。後には予想とは異なることが述べられる。

> **EX1** いくら忙しいにしても、電話ぐらいできただろう。
>
> **EX2** 子どものいたずらにしても、車に傷をつけるなど、絶対に許せない。

🔑 〜とすれば

「もし〜だったら」と仮定の話をする際に用いる表現。

> **EX1** この中から選ぶとすれば、私はＣ案がいい。
>
> **EX2** 将来結婚するとすれば、相手は子どもが好きな人がいい。

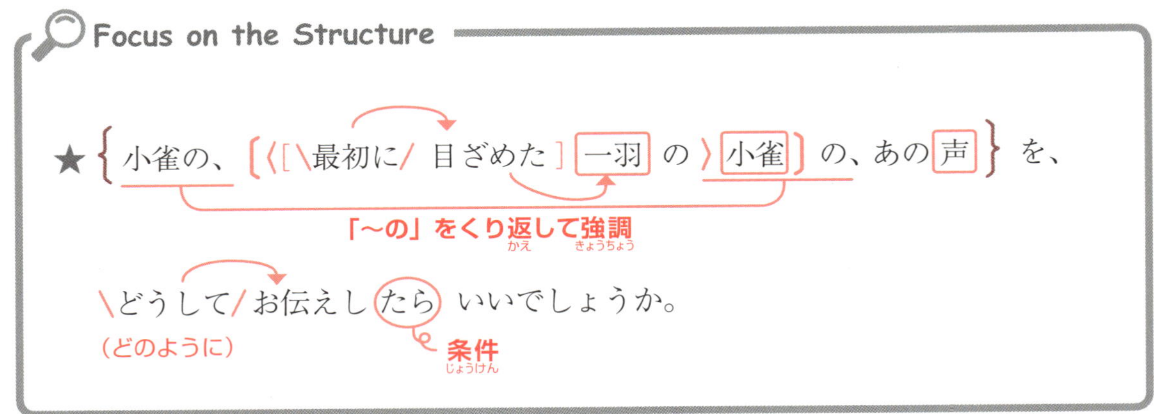

Q1　筆者はどうして「眠る気になれませんでした」か。

Q2　どうして目をさました後、すぐに動かなかったのですか。

Lesson 7 疲れと悦びのバランス

Balancing Fatigue and Joy ／疲惫与快乐之间的平衡感
／ Cân bằng giữa mệt mỏi và niềm vui

　三十何年か前に、冬の谷川岳*1でザイル*2を結んだ時も、雪の富士山に一緒に登った時も、渡辺さんは冗談にも疲労を訴えることはなかった。彼が南極へ行った時の映画を小さな映画館で見ていたが、船から下りるや否やスキーをつけて雪原をせっせとまっすぐに進んで行った姿を見て、私はその映像に向かって拍手を送りたくなった。

　彼も遂に、六千メートルを越えたカラコルムの山の上では疲労を訴えたなどというつもりは毛頭ない。疲れながらも、また、精神的な圧迫を経験しながらも、高く大きな山の中を一人で進んでいるという悦びが、私に伝わってくる。この悦びがどこかに残されている限り、山での疲れは克服される。

　前に、山で行方不明になった友人を捜索するために、一刻も休まずに駆け登って行った頑強な男がばったりと倒れてそのまま命を失った話をきいたことがあるが、それは悦びのない疲労の、遂に支えきれなくなった重さであった。

　このまま登行を続けて、自分の体がもつだろうかという不安がのしかかって来た経験は、幸いにして私にはない。深い雪の斜面で、大きく高く足をあげて一歩を踏み出しても雪が崩れて三分の二以上も戻されるような場所で、長時間の努力を続けても、力が尽きてしまうのではないかという不安に襲われたことはなかった。

　しかし今は、恐らく疲労の限界は予想以上に近くに来ているだろう。雨あがりの冬の藪で久し振りに濡れて、小さい山襞*3を一つ越してみると、私は自分で滑稽になるくらい用心深くなっていた。疲れと悦びのバランスを、ひと時も忘れまいとして、濡れて滑る山腹を登りながら、何度も休んでは煙草をのんだ*4。

（「疲れと悦び」『新選 山のパンセ』串田孫一　岩波文庫より）

*1　谷川岳：日本百名山の一つ。高さは 1933 メートル。
*2　ザイル：登山用のロープ。
*3　山襞：山襞とも書く。山の尾根（谷と谷の間の山々の一番高い部分）と谷が入り組んでいるところ。
*4　煙草をのんだ：煙草を吸った。

Vocabulary

□ 悦び：ここでは、充実感をともなったよろこび。

□ 毛頭ない：まったくない。

□ のしかかる：重いものや責任、負担などが自分にかかること。

🔑 〜や否や

〜のあとに続いて、すぐに次のことが行われる様子を表す。

> EX1 ▶ 部長は、部屋に入ってくるや否や、いきなり怒鳴りだした。
>
> EX2 ▶ チケットの販売が始まるや否や、すぐに売り切れてしまった。

🔑 〜まい

理由や原因などを表す。書き言葉的な硬い言い方。

> EX1 ▶ 当時は家族に心配をかけまいと、病名は隠していた。
>
> EX2 ▶ 次こそは試験に失敗しまいと、必死で勉強した。

CHECK

Q1　この文章の内容から、つぎの（　　）にはどんな言葉が入りますか。

　　　山を登るよろこびを感じるとき、（　　　）を忘れることができる。

Q2　この文章によると、疲れがピークに近づいた筆者はどのようになりましたか。

Lesson 8　ニムとの出会い

Meeting Nim ／与尼慕的相遇／ Cuộc gặp gỡ với Nim

チンパンジーは人間と遺伝子の98パーセントを共有する近縁種*2だ。ピグミー・チンパンジー（最近では「ボノボ」と呼ばれることが多い）は、さらに人間と系統的に近いが、種*2として認識されたのは比較的最近だから、チンパンジーは長年、人間にもっとも近い種とされてきた。そのおかげで、彼らにとってはまことに迷惑な話なのだが、人間に近い非人間として格好の動物実験の対象にされてきた。手話を教わるという比較的おだやかな研究目的に供されてきたニムも、動物実験のために野生から捕獲され、異境*3アメリカで繁殖させられた実験用チンパンジーの系統のなかの一頭だった。

ニムとステファニーの出会いは、彼女がコロンビア大学の心理学の学生だった1972年、チンパンジーの言語能力研究を計画していたハーブ・テラス博士が彼女に「目をつけた」ことから始まる。

（中略）

家族会議でチンパンジーの受け入れを決定すると、彼女は生まれたばかりのオスの赤ん坊チンパンジーをもらい受けるためにオクラホマ州ノーマンの霊長類研究所に飛んだ。ここは当時、チンパンジーに手話を教える研究の中心地になっており、目ざましい成果をあげていた。テラス博士はそれまでにここでなされた研究を高く評価しながらも、動物とのコミュニケーションというテーマゆえにどうしても実験の過程や評価に研究者の主観が入ってしまうことがあると感じており、当時ようやく出回り始めていたビデオなどを使って客観的に追試したいと考えていたのだ。ステファニーは、母親チンパンジーのキャロラインが麻酔で眠っている間に赤ん坊のニムを引き剝がし、ニューヨークにとって返した。

「キャロラインからニムを奪ったことが今でも心にしこりになっているの。彼女はそれまでに十頭もの子供を産んでいたけど、そのすべてが最初の1カ月以内に取り上げられてしまっていたわ。赤ん坊のチンパンジーは実験動物として貴重だからよ。わたしが檻の前に来た時、何が起こるのかわかったらしくて、赤ん坊をきつく抱きしめたわ。麻酔でだらりとした彼女の腕からニムを抱き上げた時、絶対にこの子を幸せにするって彼女に話しかけたの。結局その約束は果たせないものになってしまったのだけど……」

　飛行機に搭乗する際、ニムが入った籠を「手荷物」として持ち込み、機内ではずっと膝の上に抱いていた。着陸直前にスチュワーデスが「お子さんのお名前は？」と聞きながらニムの顔をのぞき込み、びっくりして飛び上がったという微笑ましいエピソードを残し、彼はニューヨークの住人になった。

（「チンパンジーの育て方」『緑のマンハッタン　「環境」をめぐるニューヨーク生活』川端悠人
文藝春秋より）

＊1　近縁種：生物学的に近い関係にある種。
＊2　種：生物学上の分類での基本単位。
＊3　異境：母国から遠く離れたところ。

Vocabulary

□　格好の：ちょうどいい。希望や条件によく合っていること。

□　霊長類：primate ／灵长类动物 ／loài linh trưởng

□　追試：本来の試験で結果が不十分だったのを補うため、追加で行われる試験。

□　引き剥がす：くっついているものを強く引っ張って離すこと。

□　しこり：①筋肉などの一部が硬くなること。また、その部分。②すべてが解決されず、一部が問題として残り、ずっと気になること。また、そのような問題。

🔑 ～とされる

「～と考えられる」「～とみなされる」という意味を表す。書き言葉的な表現。

EX1 ▶ この薬は、がんの進行を抑える効果がある**とされて**いる。

EX2 ▶ 海のプラスチックごみは、森林破壊と同様、深刻な環境問題**とされて**いる。

🔑 ～ゆえに

わけ、理由、原因などを表す。書き言葉的な硬い言い方。

EX1 ▶ 当時は、若さ**ゆえに**、事の重大さに気がついていなかった。

EX2 ▶ 彼は優しすぎる**ゆえに**、損ばかりしている。

CHECK

Q1　なぜチンパンジーは動物実験の対象にされてきたのですか。

Q2　テラス博士が客観的に追試したいと考えたのは、どうしてですか。

Lesson
9　キレる大人たち

Adults Who Snap ／动火的大人们／ Những người lớn dễ nổi cáu

　病院でキレる寸前で止まっている人たちは、「ここは病院なのだから」ということで、必至にイライラが爆発しないよう、自分を抑えているのだろう。しかし、病院への往復の「電車の中や駅でのイライラは、これに比べると我慢がむずかしいらしく、中には「ついホームでキレちゃって」などと診察室の中で報告する人もいる。

　ある女性が、診察室に入って椅子に腰かける**なり**、興奮さめやらぬ様子で、「ここに来る途中、駅で大声を出してしまいました」と語り出したことがあった。

　「今日は、いつにも増してホームに人がたくさんいたんですよ、でも、なるべくお互い接触しないように歩くのが常識ですよね。それなのに、携帯電話をかけながら周囲を見ないで歩いているサラリーマンや若者がいっぱいで……。ただでさえイライラしていたのに、その中のひとりの男がドン、とぶつかってきたんですよ。そして、そのまま“すみません”の一言もなく立ち去って行こうとしたので、私、追いかけてその人の肩をつかんで、怒鳴ってしまいました。“あんた、ぶつかったじゃない！　謝ってよ！”って」

　（中略）

　誰でも、生活の中や職場でイライラを感じる場面はあるだろう。とはいえ、最近は社会の中のイライラの絶対量も増えているのではないだろうか。

　そして、そのイライラをイライラだけで抑えることができず、「キレてしまう人」も増えている。しかも、若者だけではなくて“分別ある”と言われてきた大人の中にも、公衆の面前で激しくキレる人が少なくないようだ。

　（中略）

　もちろん「キレる」とはいっても、中にはイライラやクレームそのものには正当性がある場合も少なくない。マナー違反などを見るに見かね、正義感にかられて「そんなことをしてはいけない」と声をかける人もいるのだろう。

　しかし、はたしてこういった傾向を、「泣き寝入りをする人が減った」と手放しで喜んでいいのだろうか。

　イライラを抑えられない人、思いたったら居ても立ってもいられず行動に移さずにはいられなくて「キレて」しまう人――精神医学では、これを「行動化（acting out）」と呼ぶ――が、増えているのではないか。

（『キレる大人はなぜ増えた』香山リカ　朝日新書より）

Vocabulary

□ 寸前：直前。

□ さめやらぬ：まだ十分冷めていない。

□ いつにも増して：いつも以上に。

□ 公衆の面前で：人前で。大勢の人が見ている中で。

□ ～にかられて：「～に駆られる」は、激しい感情に心が動かされること。

□ 手放しで：批判や制限、条件などなく。

□ 思いたつ：あることをしようという考えを起こす。

□ 居ても立ってもいられない：心配や興奮で落ち着くことができない。

🔑 ～なり

ある動作の直後に予期しない出来事が起きたという意味を表す。後にはマイナスの事柄を述べることが多い。

> **EX1** 家を出るなり、雨が降り出した。
>
> **EX2** 娘は家に帰るなり、自分の部屋に閉じこもって出てこない。

🔑 ～ずにすまない／～ずにはいられない

「～しないわけにはいかない」という意味を表す。硬い表現。

> **EX1** 車に傷をつけられて、一言言わずにはすまない。
>
> **EX2** 息子が友達にケガをさせてしまい、親も謝らずにはすまなくなった。

CHECK

Q1 公衆の面前で激しくキレる人が増えているのはなぜですか。

Q2 筆者は、マナー違反を注意する人が増えることについてどう思っていますか。

Lesson
⑩ 揺るぎないもの

Something Unshakable ／毫不动摇／ Thứ không lay chuyển

「自然は、平面というよりは、深さだ」

セザンヌは、そう言った。それを絵画で、どう描くか。セザンヌは、絵筆を手に探求した。彼は「自然に即して描く」とも言った。まさにそうで、絵をフィクションとして「作って」いない。だからセザンヌが「したこと」は、とてもシンプルで当たり前のことだ。

見えるものを、見えるとおりに描く。さらに驚きなのは、それが「美しい」ということだ。「きれい」とか、華麗とか、表面的な美しさではない。調和と深さのある、たしかな美しさなのだ。

セザンヌは「神を信じるか」という問いに、「信じていなかったら、絵なんか描かない」と答えたという。だからセザンヌの絵は、宗教画である。それは約束事や記号ばかりがちりばめられた宗教画よりも、より絶対的な宗教画なのだ。キリストでもブッダでもない、何への宗教画かといえば、自然と芸術への信仰なのだ。

セザンヌの絵を見た後に、たとえば近所の道を歩いてみる。あるいは旅先でもいい。丘が連なり、遠くに山がある。そんな風景を見て、これまで感じなかった奥行きがあることに気がつく。いつも見ていた風景が、名画を見た後には、違って見えるのだ。「ああ、世界が広がっている」。そう思う。絵を見ている時間も楽しいが、絵を見ることで世界の見方が鮮明になるのも喜びだ。もしかして、人生で幸せな瞬間というのは、何か特別なことが起こっているときではなく、こういうなんでもない風景の中に、新鮮な喜びを感じるときなのではないか、とも思う。たしかに人生には芸術が必要で、セザンヌはその最高峰の画家なのだ。

ところでセザンヌが、絵のなかで実現しているのは、風景の「深さ」だけではない。たとえば山が、あるいはテーブルの上に置かれたリンゴが、そこに「在る」という強さも、画面から伝わってくる。人間にしても、そうだ。まるで巌*¹のように、そこに重く絶対的に存在している。その揺るぎない強さ。これもセザンヌが、自然のなかに見出したものである。見ているこちらの心にも、揺るぎのない巌のような感覚が、むくむくと目覚めてくる。これが気持ち良い。
芸術を見る**とは**、こういうことかと思う。

（『「モナリザ」の微笑み』布施英利　PHP 新書より）

＊1　巌：大きな岩。

Vocabulary

□ 揺るぎない：揺らぐことのない。固く、確かであること。

□ むくむく：（雲や泡、または、感情や考え、などが）重なるように、次々とわいて出る様子。

🔑 〜に即して

事実や決まり、基準などを表す名詞に付いて、「それに従って」「それを基準にして」という意味を表す。

> **EX1** 時代**に即して**、やり方を少し変えたほうがいい。
>
> **EX2** 講義の内容**に即して**、講師がいくつかの質問をした。

🔑 〜とは

改めて説明するために題を示す表現。

> **EX1** A: 憲法**とは**何ですか。
> 　　　 B: その国のあらゆる法律の基礎になる法律です。
>
> **EX2** 人生**とは**不思議なものですね。

CHECK

Q1　セザンヌはどのように絵を描いていますか。

Q2　筆者は、絵を見る楽しみは何だと言っていますか。

ふくしゅう　§1（Lesson 1-10）

I　次の❶〜❻の＿＿＿に合うものをa〜fの中からえらんで、文をつくりましょう。

❶　彼女は、初出場のプレッシャーをものともせず、＿＿＿＿＿＿＿＿＿＿＿＿＿＿＿＿＿。

❷　彼の作品は、日本国内にとどまらず、＿＿＿＿＿＿＿＿＿＿＿＿＿＿＿＿。

❸　絶対にとは断定できないまでも、＿＿＿＿＿＿＿＿＿＿＿＿＿＿。

❹　一度だけならまだしも、＿＿＿＿＿＿＿＿＿＿＿＿。

❺　これくらいのケガなら、＿＿＿＿＿＿＿＿＿＿＿。

❻　遠く離れた娘のことを考えると、＿＿＿＿＿＿＿＿＿＿＿＿。

a. 彼が犯人であることはほぼ間違いない　　b. 二度も遅刻するなんて、許されない
c. 史上最年少優勝を果たした　　d. 世界中で人気があります
e. 病院に行くまでもない　　f. 心配せずにはいられない

II　（　　）の中に入れることばをa〜dから選びましょう。

❶　オリンピックのチケットは、発売される（　　　　）すぐに売り切れてしまった。

　a. やいなや　　　　b. ゆえに　　　　c. にとどまらず　　d. とすれば

❷　もし、車を買う（　　　　）、とにかく安全性の高い車が欲しい。

　a. とあれば　　　　b. とあいまって　　c. にしても　　　　d. とすれば

❸　引っ越す（　　　　　）、まだ先の話です。

　　a.　に即して　　　　　　b.　にしても　　　　　c.　とあれば　　　　　d.　にとどまらず

❹　国内の現状（　　　　　）、消費税の増税を検討しなければならない。

　　a.　とあれば　　　　　　b.　なしでは　　　　　c.　にもまして　　　　d.　に即して

❺　そこに現れた湖は、背景の山々（　　　　　）、とても美しかった。

　　a.　にしても　　　　　　b.　にとどまらず　　　　c.　とあれば　　　　　d.　とあいまって

Ⅲ　次の❶〜❻の______に合うものをa〜fの中から選んで、文をつくりましょう。

❶　________________________________、ちょっとしたコンサートをやりました。

❷　________________________________、気持ちを伝えることが大切です。

❸　________________________________、固く心に誓った。

❹　________________________________、予算が組まれる。

❺　________________________________、高度な専門性を有する人材だ。

❻　________________________________、挑戦したくもなる。

a.　このような失敗は二度とするまいと　　　　b.　困難であるがゆえに
c.　このプロジェクトに必要とされるのは　　　d.　何にもまして
e.　事業目的に即して　　　　　　　　　　　　f.　素人ながら

モデル文章の訳
ぶんしょう　やく

Model Sentence Translations
模式文章的翻译
Phần dịch của đoạn văn mẫu

Lesson ❶

E Two years had passed since my transfer to Tokyo. I happened to be able to take a weekday off, so I decided to go to Kamakura, a place I'd been wanting to visit. Kamakura is located about an hour by train from Tokyo. It is a popular tourist destination, lined with historical temples and shrines, and abundant in nature, surrounded by mountains and oceans. While many people first think of the Great Buddha when they hear about Kamakura, this time of year, June, is right when the hydrangeas are beautiful. I decided to go to Meigetsuin, a temple also known as the "hydrangea temple."

When I got off the train at Kita-Kamakura station, the small platform was suddenly filled with tourists. Once again, the weather was what you would expect during monsoon season, so while there was strong rainfall, the tourists paid no mind to it as they swiftly walked toward the popular Meigetsuin. I followed their example and began walking. After walking for about ten minutes, I reached the temple entrance. It seemed that there were even more tourists in Kamakura than usual during this time of the year, so there was a line at the temple entrance to buy entry tickets despite it being a weekday.

Once I entered a bit into the temple grounds, blue hydrangea flowers jumped out at me. This temple is built on a mountain slope, so the entire face of the mountain was buried in blue hydrangea flowers. It's to the point where they're known as "Meigetsuin Blues." The rain-soaked flowers were beautiful. A thin layer of fog covered the temple grounds, and together with the green of the trees, the scene there was quite fantastic. The visitors were taking pictures of what seemed like a precious chance. I took a few pictures myself, but I wasn't able to capture the beauty of the Meigetsuin Blues very well in photos.

With my first visit to Kamakura, I felt like I began to understand some of its charm. If a place like this existed one hour away by train, I should have gone sooner. It would be nice to see the Great Buddha and the ocean next time. Riding the Enoden train that passes close to private homes on both sides seems fun as well. I feel as though I'm going to start visiting Kamakura regularly.

C 工作调动来到东京已经两年。偶尔碰到工作日请了假，于是决定去参观一直以来自己都心有所思的镰仓。从东京到镰仓坐电车大约要花一小时的时间。那里有着历史悠久的寺庙和神社，一个被山和海自围着，自然景观优美的人气观光地。提到"镰仓"，大多数人会想到"大佛"。但是，6月份的这个时间，正好是绣球花盛开的美丽季节。我决定去一下被誉为"绣球花寺"的明月院。

在北镰仓车站下车，小小的站台立刻被蜂拥而至的游客所覆盖。这一天也是梅雨天气，虽然之前有强降雨，但是游客们毫不理会是否下过雨，大家大踏步地迈向人气兴旺的明月院。我也跟在队伍后面。大约走了十分钟，来到了寺院入口。这个时期来拜访镰仓的游客好像比往常更多，即使是工作日，寺庙入口也排起了买门票的长蛇队伍。

进入寺庙不久，蓝色的绣球花飞入眼帘。这座寺庙建在山的斜面，山这一面全部被蓝色的绣球花所覆盖。寺庙里薄雾缭绕、与绿色树木交相辉映，真像梦幻中的风景。游客们争相在这美好的时刻留影。我也拍了几张照片，但"明月院蓝"的美景无法完美地收入镜头。初次拜访镰仓，感觉自己好像明白了镰仓的某些魅力。如果有坐一个小时的电车就能来到这样景致优美的地方，那我早些来就好了。下一次去看看大佛或大海也不错。要是能坐一坐恰巧从民房之间穿梭而过的江之电也挺开心。看来从今天开始，我会经常去镰仓了。

V Đã 2 năm kể từ khi chuyển việc tới Tokyo. THỉnh thoảng ngày thường xin được nghỉ nên tôi quyết định đến Kamakura, nơi mình vẫn muốn đi từ trước. Kamakura cách Tokyo khoảng 1 giờ đồng hồ bằng tàu điện. Ngày hôm nay thời tiết đúng kiểu mùa mưa, mưa to nhưng khách thăm quan chẳng màng gì đến mưa vẫn rảo nhanh chân bước đến chùa Meigetsuin nổi tiếng. Tôi cũng đi bộ theo dòng người ấy. Đi khoảng 10 phút thì đến cổng chùa. Thời gian này khách du lịch đến thăm quan Kamakura đông hơn hẳn mọi khi nên dù ngày thường nhưng từ cổng đã có hàng dài người xếp hàng mua vé.

Tiến vào bên trong khuôn viên chùa thì đập vào mắt là những bông hoa cẩm tú cầu xanh. Ngôi chùa này được xây dựng trên sườn dốc núi, nên một mặt núi được bao phủ bởi hoa cẩm tú cầu xanh. Nên vì thế nó được gọi là "Meigetsuin Blue". Màu hoa xanh ướt nước mưa cũng rấ đẹp. Trong khuôn viên chùa bao phủ một lớp sương mỏng, đan xen với màu xanh của cây cối tạo nên một phong cảnh khá huyền ảo. Các vị khách thăm quan thì chụp ảnh như bắt được vàng. Tôi cũng chụp mấy tấm nhưng không lấy được vào ảnh hết vẻ đẹp của "Meigetsuin Blue".

Lần đầu tiên tới thăm Kamakura, tôi đã cảm nhận được một chút sức hút của Kamakura. Nếu biết chỉ một tiếng đi tàu mà có nơi cuốn hút như thế thì đáng lẽ tôi đã đi từ lâu rồi. Lần sau tôi sẽ đi thăm tượng phật và biển nữa. Đi trên tàu điện Enoden chạy san sát nhà dân cũng thú vị lắm. Chắc từ giờ tôi sẽ thường xuyên tới Kamakura.

Lesson ❷

E One food that is often eaten with rice in Japan is umeboshi, or pickled plums. Umeboshi are a preserved food, where Japanese apricots are pickled in salt, then dried. They are sold in places such as supermarkets, but some people make them at home. Different homes have different ways of making them, and in some households, recipes are taught by grandmothers or mothers, passing down the flavor of their umeboshi from generation to generation.

Not only are umeboshi a handy food item that can be preserved for a long period of time, they are also used to prevent and treat sickness. Umeboshi possess disinfecting and anti-bacterial effects, and so they are used to prevent food poisoning. Boxed lunches sold in places such as convenience stores often place umeboshi on top of their rice in part because they will prevent the lunch from spoiling.

Many people also bring umeboshi with them on trips. There is no need for them to worry even if they feel unwell at their destination so long as they have umeboshi. While it is common in Japan to eat rice porridge with umeboshi inside when sick or in gastrointestinal distress, eating them when suffering from a stomach-ache or diarrhea can help improve symptoms. Also, umeboshi will help one's digestion after eating too many delicious things away from home, so they are used as digestive medicine.

Eating umeboshi after going all around as a tourist will help with fatigue, and it is said that eating them before getting in a vehicle will help prevent motion sickness. Dehydrated umeboshi, gum or candies made using Japanese apricots, and medicine made using Japanese apricots are also sold so that you can easily travel with them.

Umeboshi are quite sour, so some people do not like them. However, while one can't go so far as to say that doctors are unneeded so long as you have umeboshi, it does seem worth it to introduce them into your diet if you can count on them for so many effects.

C Umeboshi（梅干）是日本经常与米饭一起食用的食物。 Umeboshi 是一种将梅果子用盐腌制的保存食品。它们在超市出售，但也有人在自己的家里腌作。各家有各家的做法，还有从祖母和母亲那里得到制作秘方，代代传承下去的家庭。

Umeboshi 不仅是一种可以长期保存的方便食品，还可用于疾病预防和治疗。 Umeboshi 具有消毒和杀菌作用，因此可用于防止食物中毒。在便利店等出售的午餐盒里，常常在米饭上面放一颗 Umeboshi，盒饭中的 Umeboshi 也起到防止便当腐坏的作用。

许多人在旅行时都会带上 umeboshi。即使在旅途中身体不适，如果你只要带上 umeboshi 就不用担心了。在日本，当你感冒或拉肚子时，经常喝放入 Umeboshi 的粥，腹痛或腹泻时吃梅干会有改善其症状的效果。此外，当你在当地吃太多的美食时，umeboshi 有助于消化，因此它也被用作胃肠药。

据说，如果你去各地观光疲劳时吃 Umeboshi，有助于恢复疲劳。在上车之前吃 Umeboshi 也有预防晕车的效果。现在为了便于携带，还将 umeboshi 烘干，或制成口香糖和糖果，还有用 umeboshi 制的药物也在销售。

有人说 umeboshi 酸酸的，很难吃。可是，有了它就不用去看医生了，如果有这么多的效果可以期待的话，在生活饮食中就有使用的价值。

V Trong các loại thực phẩm thường được ăn cùng cơm trắng của Nhật Bản có món mơ muối. Mơ muối là thực phẩm bảo quản được lâu, là mơ muối khô cùng với muối. Ở siêu thị cũng có bán nhưng cũng có người tự làm tại nhà. Mỗi nhà lại có cách làm riêng, có nhà học cách làm từ bà từ mẹ và hương vị được truyền từ đời này sang đời khác.

Mơ muối không chỉ dừng lại là một thực phẩm tiện lợi có thể bảo quản lâu dài mà còn được dùng để phòng và chưa bệnh. Mơ muối có công dụng tiêu độc, diệt khuẩn nên có thể chống được ngộ độc thực phẩm. Trong những hộp cơm bán tại cửa hàng tiện ích thường có cả mơ muối đặt trên cơm, quả mơ muối có trong cơm hộp như thế này có chức năng chống cho hộp cơm không bị hỏng.

Cũng có khá nhiều người mang theo mơ muối khi đi du lịch. Khi bị mệt trong lúc đi chơi nếu có trái mơ muối sẽ không phải lo lắng gì nữa. Ở Nhật, khi bị cảm hay đau bụng thì thường hay ăn cháo mơ muối nhưng đau bụng và đi ngoài nếu ăn mơ muối cũng có hiệu quả cải thiện bệnh trạng.

Ngoài ra, nếu ăn quá nhiều thì mơ muối cũng giúp tiêu hóa tốt, giống như thuốc đường ruột vậy.

Khi mệt mỏi vì đi chơi nhiều nơi, chỉ cần ăn trái mơ muối sẽ có tác dụng phục hồi mệt mỏi, trước khi lên tàu xe mà ăn mơ muối thì có hiệu quả chống say tàu xe. Mơ muối thường được làm khô để dễ mang theo người, ngoài ra còn có cả kéo, kẹo cao su dùng mơ hay thuốc được làm từ mơ.

Mơ muối khá chua nên cũng có người không biết ăn. Song, dù không thể nói chỉ cần có quả mơ thôi sẽ không cần tới bác sỹ nhưng nếu có nhiều công dụng như thế này thì cũng đáng có giá trị để đưa vào bữa ăn hàng ngày đấy chứ phải không.

Lesson ❸

E "Smart" scientists will also not begin on things, even work they come up with themselves, because they anticipate that from the perspective of the value of the results of the work, they can work hard and still not end up with something particularly important. However, as "dumb" scientists do not come up with such forecasts, they will throw themselves into any work, even if it is seen as extremely boring by others, devoting themselves as they progress. As they do this, there is more than a small chance they may run into huge results that they never expected at the start. In these situations, "smart" people overestimate human intelligence and forget the infinite depth of nature. No one knows what the value of results created by scientific research will be until they have them. Even when they get results, it is not rare for value that first went recognized by no one starts to be recognized ten or a hundred years later.

People who are smart and who see themselves as such, or as clever, may become teachers, but they cannot become scientists. One can only become a scientist once they recognize for themselves the limits of human intelligence and toss their foolish, bare selves in front of nature, prepared to listen only to its firsthand lessons. This of course it not enough on its own to become a scientist. It does go without saying that careful and accurate observation, analysis, and reasoning is required.

In other words, one must be foolish, but at the same time they must not be stupid.

The lack of recognition of this point often obstructs the proper advancement of science. This is something that anyone involved in science needs to carefully reflect on.

C "聪明的"科学家发现某项工作时，大多是从结果的价值的角度来看待这项工作，如果预先判断这项工作即使辛苦努力，最终也不能取得重大成果的话，就不会着手去做。但是，"愚笨的"科学家因为无法做出这样的预先判断，即使是在别人看来极其无聊的工作，也会鲁莽地着手去做，心无旁骛地一直推进下去。在这样做的过程中，撞上了最初完全没有意料到的重大成果，这种事情也不在少数。这种时候，"聪明的"科学家因为过于相信人类大脑的能力，而忘记了自然界的永无止境。科学研究成果在其价值尚未显现之前，一般都不为人知晓。甚至于，科学研究在成果刚问世时，其价值并不被认可，而是经过十年、百年之后才被人们接受，这样的事例也并不罕见。那些聪明的，并且自己觉得自己聪明伶俐的那些人，能够成为老师，但当不了科学家。只有那些意识到了人的大脑的能力是有限的，把愚笨的赤裸裸的自己投放到大自然的面前，然后只倾听于大自然的直接教诲的人，才能成为科学家。当然，只是这样也未必能成为科学家。毋庸赘言，还需要具备观察、分析和缜密推理的能力。

换句话说，脑袋愚笨，同时也必须脑袋聪明。

正是因为对于这一事实缺乏足够的认识，所以屡屡发生阻碍科学正常前进的事情。这正是需要从事科研工作的人的认真思考。

V Học giả "thông minh" là người ngay cả trong các công việc mang tính ngẫu hứng cũng thường nhìn từ quan điểm giá trị kết quả của công việc đó, nhìn trước được những khả năng có khi vất vả mà cũng không ra được thành quả gì to tát để quyết định dừng mà không nhúng tay vào. Tuy nhiên, những học giả "không thông minh" do không nhìn trước được những khả năng đó nên thường mải miết với những công việc mà người khác nhìn vào thấy là vô cùng nhàm chán và nhiệt tình tiến hành công việc đó. Trong quá trình đó, cũng không ít những cơ hội họ gặp được các kết quả trọng đại mà ban đầu không ai ngờ tới. Ngay cả trong trường hợp ấy, người "thông minh" do quá tự tin vào sức mạnh đầu óc của con người mà quên đi sự sâu xa vô tận của tự nhiên. Giá trị của kết quả nghiên cứu mang tính khoa học thường không ai nhận biết được cho đến khi nó biểu hiện ra. Và cũng không hiếm trường hợp có những kết quả khi mới xuất hiện không ai nhận ra giá trị nhưng trải qua mấy chục hay mấy trăm năm sau người ta mới lần đầu công nhận giá trị của chúng.

Người thông minh và nghĩ rằng mình thông minh nhanh nhạy có thể trở thành thầy nhưng không thể trở thành nhà khoa học. Chỉ những người tự nhận thức được giới hạn của sức mạnh đầu óc của con người, ném cái tôi trần trụi ngốc nghếch của mình ra trước thiên nhiên vĩ đại và xác định chỉ lắng nghe những lời dạy trực tiếp của thiên nhiên vĩ đại mới có thể trở thành nhà khoa học. Tuy nhiên, tất nhiên nếu chỉ có những điều đó thôi vẫn chưa thể trở thành nhà khoa học. Vẫn phải cần khả năng quan sát, phân tích, suy luận chặt chẽ chính xác nữa

Có nghĩa rằng, vừa cần "không thông minh" nhưng đồng thời cũng cần phải trở lên thông minh nữa.

Việc thiếu nhận biết về sự thật nói trên thường gây ảnh hưởng đến sự tiến bộ chính thống của khoa học. Người càng hoạt động liên quan đến khoa học càng cần phải nhìn nhận lại đúng sai một cách cẩn trọng.

Lesson ❹

E It feels like for a while now, despite me always saying that I need to reduce the things I own, I barely have done so. A year ago, I made a decision.

"If I buy one thing, I'll throw away three."

Now my eyes are wide open in search of things to throw away. The amount of clothes and shoes I own is certainly decreasing, but I still astonish myself at how much I have.

For example, with clothes, other than undergarments, socks, and pajamas, I currently have a total of 48 pieces. I look through my closet, wondering if I can get the number any lower, but younger women I know twelve years younger than me said,

"That's so little."

Since they have to go to work, and don't work from home like me, they are often seen by others, which must make them feel resistant to looking the same way multiple days in a row. I did own more clothes when I was younger myself, but it feels like the number of garments I actually wear hasn't changed much. In other words, it's a question of how much fertilizer I want to keep in my drawers.

[...]

Young people these days may feel a different way, but the generation that had the idea of wastefulness trained into them may think,

"I need to get rid of this,"

only to immediately think,

"I can use this someday," making it impossible for them to throw something away. Until now, I've read many books about keeping tidy and how to throw things away. One thing that is said by all these books was,

"Even if you think you might be able to use it someday, that day will never come."

I was still young back then, so I believed that even so, the day when I would use something would come ten or twenty years later, but in fact, ten or twenty years later, that day actually never came. I just have to give it to them, they were right. If I think about using things another ten or twenty years from now, I'll already be quite the senior citizen by then, so even if the opportunity did come, it's even possible that my body won't be able to move, and that I couldn't use it even if I wanted to. That's why I made it a habit to throw away three things if I buy one. Still, I have a disgusting amount of things, so I can't even imagine how many years it will take to reduce my possessions to a third of what they are now.

C 大早以前我就说要清理减少家里的东西,可是发现几乎没什么大的改变。从一年前开始我决定"买一扔三",开始找找有没有要扔的东西。先从碟子碗开始, 衣服和鞋的确减少了, 尽管如此, 还是自我赞叹"这么多啊!"

就拿衣服来说, 除了内衣、袜子及睡衣, 现存总数有四十八件, 我想是不是还能减少一些, 便看了看衣橱。可是我认识的比我小十几岁的女友却说"太少了!"。

她们是上班族, 跟我在家工作的不一样, 跟人接触的机会也较多, 几天都穿同样衣服会有抵触吧。我年轻时的衣服更多, 可实际上穿的件数觉得没有太大的变化。也就是说堆压在衣橱里不穿的衣服多还是少的问题。

(中略)

现在的年轻人也许跟我们不一样,以前受过「もったいない／不要浪费」教育的人,他们想 "得整理一下",可是脑子里马上又会出现「いつか使える／不知道什么时候还能用上」这样的想法, 怎么也舍不得扔。我也至今为止买了好几本有关整理方面的书, 里面都写着同样的内容, 那就是 "即使留着等什么时候能用得上, 可用得上的日子也不回来"。

那时还年轻, 相信"虽然都那么说, 可是十年、二十年后一定会用上的", 可是 十年、二十年后的今天再来看, 用上的日子真的没来。正如书上说的, 不由得低头承认。即使说再过十年、二十年也许能用上, 可那时候已经是个名副其实的老年人了。即使有可能用上, 身体也动不了了, 想用也用不上了。所以我一直坚持"买一扔三"的生活习惯。可是东西还是多得令人头疼。要将现存的东西减到三分之一, 不知道还需要多少年。

V Từ trước tôi luôn nói phải giảm bớt đồ đạc nhưng có cảm giác chẳng giảm mấy, từ một năm trước tôi quyết tâm "Mua một bỏ ba", mắt luôn mở to thao láo tìm kiếm xem có gì bỏ đi được không. Quần áo và giày dép thì đúng là có giảm nhưng vẫn thấy chán nản vì "vẫn còn những ngần này cơ à".

Ví dụ quần áo, trừ quần áo lót, tất, quần áo ngủ thì số lượng quần áo tôi có là 418 chiếc, tôi đã ngắm tủ để xem có bớt đi được nữa không thì mấy cô bé người quen kém 1 giáp bảo:

"Ít thế chị!"

Các cô ấy còn đi làm ở công ty khác với người làm việc ở nhà như tôi, nhiều cơ hội được người khác nhìn thấy, mặc một bộ mấy hôm chắc sẽ không thích. Hồi còn trẻ tôi cũng nhiều quần áo hơn thế này nhưng cảm giác số quần áo mặc thực tế không thay đổi mấy. Như vậy vấn đề là thức ăn cho cái tủ quần áo nhiều hay ít.

(Rút ngắn)

Thanh niên bây giờ chắc cảm giác khác chứ thế hệ được giáo dục "lãng phí" từ ngày xưa dù có nghĩ "Phải sắp xếp lại" thì sẽ lại nghĩ ngay "Lúc nào đó lại dùng đến" nên kiểu gì cũng không bỏ đi được. Tôi cũng đọc bao nhiêu sách về cách dọn dẹp sắp xếp hay cách vứt bỏ đồ dùng. Trong đó đều có điểm chung là,

"Dù có để lại để có dịp lại dùng thì cũng không bao giờ dùng nữa".

Lúc đó còn trẻ nên tôi tin rằng:

"Nói thế chứ mười năm, hai mươi năm sau chả có lúc dùng đến", nhưng mười năm sau, hai mươi năm sau, bây giờ nhìn lại thì đúng là chưa bao giờ dùng lại thật. Tôi chỉ biết cúi đầu phục vì sách nói quá đúng. Chẳng hạn mười năm tới hay hai mươi năm tới có dùng đến thì lúc đó tôi cũng đã thành bà già rồi, dù có dịp để dùng đi chăng nữa thì chắc cơ thể cũng không cử động được nữa, có muốn dùng cũng chẳng dùng được nữa. Vì thế, tôi hình thành thói quen

"Mua một bỏ ba"

Nhưng đồ vẫn nhiều đến phát ớn, tôi không tưởng tượng được để giảm được 1/3 đồ đang có tôi phải mất bao nhiêu năm nữa.

Lesson ❺

Ⓔ This goes for studying as well, but you shouldn't have too much time when it comes to work that involves your mind. Take Sundays. You could study all day long if you felt like it. You can create greedy plans about doing this and that, but it never goes that way. When it's especially bad, you can't even do half of what you plan. The problem seems to be letting you guard down by thinking you have time. By taking a detour at the entrance, you get started late.

The best places to come up with writing are on a horse, on a pillow, and on the toilet. This was said by a Chinese man named Ouyang Xiu long ago. A horse can now be compared to any vehicle today. On a pillow means when one is in bed, an act that will never age. The same goes for being on a toilet. One's mind works well when placed in slightly unnatural situations where things may not go as one expects. Good thoughts come to mind. This lessoned learned through experience is well known in the form of the "three ons" describing them.

Locations that are out of place are good. Situations where you are restrained, not free, are desirable. It was discovered that environments where conditions are not particularly favorable actually cause our minds to work more actively.

A river flows more fiercely and quickly when it grows narrower. When it opens up, it grows quiet, as if it forgot how to flow rapidly. This phenomenon of energy getting higher as restrictions are added also applies for intellectual activities.

When you're busy and have no time, your feelings are on edge, and despite being short on time, you can do many things. It's not uncommon to take care of the things you didn't complete during what should have been a bountiful Sunday on the following busy day.

You have the most time of all during summer break. You may think you can do all the studying you want, but in reality, you spend each day laid back as your vacation comes to an end without you even completing the homework you had to do.

Ⓒ 学习也是一样，用脑作业不能有太多的时间。比如，星期天，你认为能集中精力地学习一天，于是就又想做这个，又想做那个，定很多计划，却不能如愿实现，甚至有时只能完成计划的一半。其原因就是你对"有时间"太大意了。就像在门口吃道草的马，耽误事一样。
写文章最适合的地方就是马上、枕上、厕上。这是中国古代一位叫欧阳修的人说的。用现在的话说就是在乘坐的交通设施上吧。枕上就是在床上，这是亘古未有的。同样"厕上"就是在厕所里。有趣的是，写文章不是在书桌上。陷于这种不自由的状态，而且在意想不到的地方，人的大脑最灵活，会想出很多的好思路来。虽然是经验法则，可是自古以来"马上"、"枕上"、"厕上"这"三上"就被人们所知。不是同样的地方也可以，受拘束，不自由的地方比较好。据研究处在条件不太好的环境下，大脑反而会积极工作。
河流也是在河面狭窄的地方才会出现激流。宽阔的地方就好像忘记了激流的存在缓缓流淌。加上某种制约，人的能量就会高涨，智能活动也同样。
忙碌没时间时，精神就会变得紧张起来，尽管在短时间内也能做很多事情。我常常把周日书写的部分留在忙绿的第二天整理。
时间最多的是暑假，无论你怎么想要学习，可实际上每天都无所事事地度过，就连必须要做的作业都没能好好完成就开学了。

Ⓥ Với những công việc cần sử dụng đầu óc, tất nhiên bao gồm cả việc học, có quá nhiều thời gian là không tốt. Ví dụ chủ nhật. Chỉ cần muốn là ta có thể học được cả ngày. Ta đã lên kế hoạch rất ôm đồm nào là làm cái này làm cái kia nhưng chưa bao giờ kế hoạch được thực hiện đúng cả. Lúc tối nhất có khi còn chẳng thực hiện được một nửa kế hoạch.
Dường như cái cảm giác yên tâm rằng "ta có thời gian" là điều không được. Ta sẽ nhẩn nhơ hái hoa bắt bướm trước cửa vào và sẽ bắt đầu công việc muộn.

Nơi thích hợp nhất để nghĩ ra các áng văn là trên lưng ngựa, trên gối và trên bồn cầu. Người nói câu ấy là Âu Dương Tu của Trung Quốc thời xưa. "Trên lưng ngựa", nói theo cách của ngày nay có lẽ là khi đang trên tàu xe di chuyển. Trên gối là trạng thái ta vào giường ngủ, điểm này thì ngày nay và ngày xưa cũng giống nhau. Tương tự như vậy trên bồn cầu là trong nhà vệ sinh. Điều thú vị là ở chỗ không phải ngồi nghĩ văn ở trên bàn. Vào những lúc ở trong tình trạng hơi bất tiện và tại những nơi không ngờ tới đầu óc của ta hoạt động rất mạnh. Những ý tưởng hay sẽ nảy ra. Bài học kinh nghiệm trên ngựa, trên gối trên bồn cầu đó rất nổi tiếng với tên gọi "Ba trên".

Những nơi có vẻ không phù hợp là là nơi thích hợp. Tình trạng bị gò bó không tự do lại là điều kiện tốt. Người ta đã phát hiện ra rằng ở trong môi trường có điều kiện không tốt lắm đầu óc ta ngược lại lại hoạt động rất sôi nổi.

Dòng chảy của sông sẽ càng nhanh và mạnh tại những nơi có khổ rộng sông hẹp.Khi lòng sông rộng, dòng nước lại chảy êm đềm như thể đã quên đi những khúc sông chảy xiết. Việc năng lượng tăng lên khi bị giới hạn cũng không thay đổi ngay cả trong các hoạt động trí não.

Khi bận rộn không có thời gian tâm trạng ta bị dồn ép nên có thể làm được nhiều việc trong khoảng thời gian ngắn. Không ít người phải dọn dẹp mớ công việc dồn lại định làm một thể trong ngày chủ nhật vào ngày bận rộn tiếp theo. Thời gian có nhiều nhất chính là kì nghỉ hè. Mọi người đều nghĩ rằng có thể học nhiều thật nhiều nhưng hầu hết ai ai cũng lờ vờ ngày qua ngày, bài tập bắt buộc phải hoàn thành cũng làm quấy qua rồi cứ thế kết thúc kì nghỉ.

Lesson ❻

Ⓔ Whether the winter or the beginning of spring like now, the question of how to walk the foot of a mountain one is a difficult one. While I climbed the steep path from Akagawara to Hacchozaka, I had taken off my skis at that point, so it wasn't too difficult.

As I climbed Hacchozaka and came out into the spacious ridge, I saw Venus, part of Aries, shining clearly. Though I call it a spacious ridge, a forested area stretches far, making it hard to see at all. We'll barely be able to move at all once it becomes night, but thanks to that red marker, I can be happy that we've managed to make it this far.

2:00. The temperature has dropped to 14 below freezing. At this rate, it seems like it will be close to 20 by dawn. I've been thinking about sleeping for a bit now. I may not be able to get a good night's rest by burying my body in a sleeping bag, but I think I can get some sleep. However, the thin crescent moon has at last come to even this forest, so it seems like too much of a waste to get to sleep.

[...]

As a friend scrunched nearby thought, it may be most honest to say that I'm now looking at a scene from a fairy tale. But to be even more honest, I am so aware of just the fact that I am here that I can't think about anything. I've decided not to force myself to desire fairy tales or poems. If those do come about, I think they will a little later.

[...]

It seems I slept very lightly for about ten minutes three times. The cold atmosphere passing by, as well as the moon's brightness in my face not allowing me to have any dreams were what woke me up.

What woke me up for the last time just now is the fact that day has come. In front of me, just there in the sky, is a ridge jutting out from Senjo that is starting to become rose-colored.

While we are awake, no one tries to move. Why is that? Probably because we want to hear the wonderful morning chirps of the songbirds once more.

How should I convey the voice of the willow tit, the very first one that wakes in the morning.

(March 1956)

Ⓒ 初冬也好，这样的开春也好，怎样在山脚下行走是个难题。从赤河原到八丁坡虽然都是陡的急坡，但如果在那附近穿着滑雪板行走起来也不算太辛苦。

登上八丁坡，走到广阔山脊，能看到牡羊座的金星正清晰地闪着光亮。虽说是广阔的山脊，却一直延续着树林带，也看不太远。已经入夜，不可能再继续行动。也因为有那个红色的记号，好不容易走到到这里，索性还是先高兴一下吧。

＊

凌晨两点。气温下降到零下十四度。照这样下去，天明之时会接近零下二十度。我刚刚一直在想睡觉。完全用睡袋把自己裹住，即使不能熟睡，也有些犯困，农历十九的月亮正慢慢接近森林，我感到熟睡有些可惜，于是怎么也睡不着。

（中略）

我现在就像旁边蹲着的朋友所想的一样，把这里看作童话里的一个场景也许是最好的。但是，更直接地说，我拼命地思考我只是在这里而已，也思考不了其他事情。如今，我也不勉强指望童话或诗。那些恐怕是人出生后，还将往后推迟的事情。

（中略）

我处于浅睡眠状态，大概十分钟之内醒了三次。吵醒我的是冰冷的空气、还有不至于让我做梦的月光，静静地照着我的脸。

最后让我完全苏醒的是早晨的到来。眼前我能仰视的地方，是从仙丈过来的山脊延伸出去之处，那里慢慢变成了玫瑰色。

我们睁开眼，没人想起床。不知为何？大概是大家都想再听一下小鸟们在明媚早上的清脆鸣叫吧。

小鸟的、对于最初苏醒的那只小鸟的声音，我要怎么表达才合适呢？

Ⓥ Dù là khi mới lập đông hay khi mới sang xuân, việc nên đi bộ thế nào ở chân núi luôn là việc khó.
Tôi đi lên dốc dựng đứng từ Akagawara đến Hacchouzaka nhưng lúc đó tôi đi ủng tuyết nên không vất vả đến thế.
Sau khi leo hết dốc Hacchouzaka và ra đến đỉnh núi rộng lớn, tôi nhìn thấy sao kim thuộc chòm sao Bạch Dương đang tỏa sáng vằng vặc. Dù gọi là đỉnh núi rộng lớn nhưng dải rừng cây cứ trải dài liên tục nên tôi không thể nhìn xuyên suốt ra xa. Nếu trời sập tối hầu như tôi sẽ không thể di chuyển được, nhưng hãy cứ vui vì nhờ có dấu đỏ ấy mà dường như tôi đã có thể lần mò được đến tận đây.
2 giờ. Nhiệt độ ha xuống còn âm 14 độ. Cứ tình hình này thì có vẻ như lúc rạng sáng nhiệt độ sẽ khoảng âm 20 độ. Tôi đã nghĩ đến việc ngủ từ lúc nãy. Nếu chui tọt vào trong túi ngủ thì dù có không ngủ say được nhưng cũng có thể ngủ được một chút. Trăng 19 âm lịch cũng sắp đến tận cánh rừng này nên tôi tiếc nuối không thấy buồn ngủ.
(Lược bỏ đoạn giữa)
Trung thực mà nói giờ đây, cũng như điều người bạn đang co người lại bên cạnh đang nghĩ, tôi đang tìm ở đây một cảnh đưa vào truyện cổ tích thiếu nhi. Tuy nhiên, nếu trung thực hơn, tôi chỉ mải miết ý thức rằng mình đang ở đây và chẳng nghĩ được gì cả. Giờ đây tôi không cố hy vọng vào việc viết ra được truyện cổ tích hay thơ gì hết. Nếu giả sử chúng có được ra đời thì cũng phải một lúc sau này đã.
(Lược bỏ một đoạn)
Dường như tôi đã ngủ thiếp đi khoảng ba giấc ngủ ngắn mỗi giấc tầm khoảng 10 phút. Thứ đã cắt ngang giấc ngủ đó là luồng khí lạnh, và vì ánh trăng rọi vào mặt dù đã không dẫn tôi đến những giấc mơ.
Và giờ đây, buổi sáng đến đã làm tôi tỉnh giấc ngủ cuối cùng. Trước mắt tôi, nơi chỉ cần hướng mắt lên, đỉnh núi từ núi Sanjougatake hiện ra, nó đang dần chuyển sang màu hoa hồng.
Chúng tôi đã tỉnh ngủ, nhưng không ai động đậy. Tại sao ư? Tôi nghĩ rằng có lẽ ai cũng muốn được nghe tiếng chim hót tuyệt vời vào buổi sáng một lần nữa.
Làm thế nào để tôi có thể truyền tải được giọng hót của con bạc má, con bạc má thức giấc đầu tiên ấy

(Tháng 3 năm 1956)

Lesson ❼

Ⓔ Thirty-some years ago, when I tied a climbing rope on a wintery Mount Tanigawa, or when I climbed a snowy Mount Fuji, Watanabe-san never once complained about fatigue, even as a joke. I had seen a film about the time he went to the South Pole at a small movie theater, and the moment he got off the boat, he put on skis and started hustling straight into the snowfields. Seeing this made me want to applaud at the screen.
I have no intention of claiming that he complained of fatigue at the top of the Karakoram Mountains, over 6,000 meters in height. He may have been tired, and he may have been experiencing mental pressure, but the joy he felt moving through the tall, large mountains alone comes across to me. One can conquer tiredness in the mountains so long as they have some of that joy left somewhere.
I once heard a story of a tenacious man climbing up a mountain without taking a moment's rest in order to find his friend who had gone missing falling flat and dying, but that was from the weight of joyless exhaustion that he could no longer support.
Fortunately, I have never had the experience of wondering if I can keep on going and if my body will hold, and needing to carry the weight of that anxiety. I have never been assaulted by the fear of my strength running dry, even if I've spent many hours working hard in a location where you can step wide and high, only for the snow to crumble, sending you more than two-thirds of the way back.
But now, I'm afraid that the limit of my fatigue must be closer than I expect. After getting wet for the first time in a while from a winter thicket that had recently been rained on, I tried to cross a small mountain ride, only to find that I was being so careful that even I found it comical. I climbed the wet, slippery mountain while being sure not to forget to balance fatigue and joy for even a moment, and after resting a number of times, I smoked.

Ⓒ 三十多年前，不管是冬季在谷川岳为登山绳打结，还是一起攀登大雪覆盖的富士山，就算是开玩笑，渡边先生也从来没诉过苦。我在小电影院看过他去南极时的电影，看着他从船上下来，踏着滑雪板嗖嗖地向前穿行的姿态，不禁想为他拍手称快。
即使在超过了六千米的喀喇昆仑山上，他也完全没有诉说过自己的疲惫。虽然有时候累了，或者经历了某些精神上的痛苦，他还是会将自己在这高大的山脉中一人穿行时的快乐传达于我。只要心里有这种快乐，我就能克服登山带来的疲惫感。

之前，听说过这样一件事，有一个顽强的男子，为了搜索在山上失踪的朋友，一刻也不停歇地持续登山，最后突然倒地就这样失去了生命。那种没有快乐和喜悦的疲劳最终成为重荷，不能再支撑自己活下去。

幸好我没有过这样的担心：照此状态继续登山，身体是否能够承受得住。深深的大雪坡的斜面上，一个高抬腿往前跨一步，松软的雪会马上坍塌下去，让自己往后滑三分之二。一直努力想往前走，可力气会不会用尽呢，自己倒是没有过这样的不安。

但是，如今，恐怕疲惫感的极限已经接近超过了自己的想象。好久没在雨后的冬天灌木丛中被淋得湿漉漉的，越过一座山脊和山谷之间的时候，感觉自己越来越谨慎得可笑。疲惫和快乐的平衡感，我一时不会忘记。爬上湿滑的山腰，我也会抽抽烟休息多次。

Ⓥ Khoảng ba mươi mấy năm trước, ngay cả khi thắt dây thừng để leo núi Tanigawadake hay khi cùng leo lên núi Phú Sĩ phủ tuyết, anh Watanabe chưa bao giờ kêu mệt ngay cả là nói đùa. Tôi đã xem phim quay chuyến đi của anh đến Nam Cực tại một rạp chiếu phim nhỏ, nhìn thấy hình dáng anh vừa xuống thuyền liền lập tức đi ủng tuyết rồi đi thẳng vào thung lũng tuyết tôi muốn hướng về màn hình và vỗ tay.

Tôi hoàn toàn không có ý định nói rằng cuối cùng thì anh ấy đã kêu mệt trên núi Qaraqorum cao quá 6 nghìn mét. Tuy mệt, tuy trải qua những áp lực về mặt tinh thần nhưng niềm vui vì được một mình bước đi trong ngọn núi cao lớn như truyền đến tôi. Chỉ cần niềm vui ấy còn sót lại ở đâu đó thì những mệt mỏi trong núi sẽ được hồi phục.

Trước đây tôi đã nghe câu chuyện về một người đàn ông mạnh khỏe đã đổ ụp xuống và qua đời khi leo liên tục không nghỉ lên núi để tìm kiếm người bạn bị mất tích ở núi, đó là sức nặng của sự mệt mỏi mà không có niềm vui nên cuối cùng đã không trụ nổi.

May mắn rằng tôi không có kinh nghiệm leo núi liên tục rồi bị tấn công bởi nỗi bất an không biết sức mình có trụ nổi không. Ngay cả khi nhấc từng bước chân cao đi từng bước tại mặt dốc ngập tuyết, ngay cả khi liên tục cố gắng trong suốt nhiều giờ tại nơi bị lở tuyết phải quay lại trên hai phần phần quãng đường tôi cũng không bị xâm chiếm bởi nỗi lo liệu mình có bị kiệt sức.

Tuy nhiên giờ đây có lẽ giới hạn của sự mệt mỏi đã đến gần hơn tôi hình dung. Bị ướt ở đầm mùa đông sau cơn mưa sau một khoảng thời gian dài, vượt qua vách núi nhỏ tôi trở lên cẩn trọng đến mức kì quặc. Vừa dặn lòng không được quên sự cân bằng giữa mệt mỏi và niềm vui, tôi vừa leo lên sườn núi ướt trơn trượt, dừng lại không biết bao lần để nghỉ, mỗi lần như vậy lại hút thuốc.

Lesson ❽

Ⓔ Chimpanzees are a closely related species to humans, sharing 98 percent of our genes in common. Pygmy chimpanzees (frequently called "bonobos" in recent times) are even closer to humans systematically, but because they were only recognized as a species relatively recently, chimpanzees were for many years treated as the species closest to humans. Nim, given the relatively peaceful research goal of learning sign language, was from a line of chimpanzees bred for experimentation after chimpanzees were captured in the wild and brought to America, far from home.

Nim and Stephanie met in 1972 when Stephanie was a psychology student at Columbia University. It all started when Dr. Herb Terrace, who planned to research the linguistic abilities of chimps, set his eyes on her. (...)

After holding a family conference and deciding on bringing a chimpanzee into their home, she flew to a primate research lab in Norman, Oklahoma to receive a newborn baby male chimpanzee. At the time, the location was the center of the effort to teach chimpanzees sign language, and they were getting wonderful results. While Dr. Terrace had a high opinion of the research carried out here, he also felt that the theme of communication with animals cannot help but introduce the subjective views of researchers into experimental processes and evaluations, so his plan at the time was to use the videos and other materials that had finally started to come out in order to double-check the experiments in an objective way. Stephanie ripped a baby Nim from his mother chimpanzee Caroline as she was anesthetized and asleep, then brought him back to New York.

"It still leaves a bad feeling in my heart that I took Nim from Caroline. She had given birth to ten children up to that point, but every one of them was taken from her within a month, as baby chimpanzees are valuable research animals. When I went in front of the cage, she seemed to know what was going to happen and held her baby tight. When I took Nim from her arms, slackened by the anesthetic, and held him in mine, I told her that I promised to make her child happy. In the end, though, I couldn't keep that promise..."

When they boarded their plane, she brought the cage with Nim inside as carry-on luggage, holding him on top of her knees the whole time while on board. Right before they landed, a stewardess asked, "What's your child's name?" and peeked at Nim's face, only to leap in surprise. Nim became a resident of New York as he left behind this heartwarming story.

Ⓒ 黑猩猩与我们人类共有 98% 的遗传基因，是近缘种。虽然侏儒黑猩猩（最近常被叫做倭黑猩猩）与人在系统上更接近，但是，只是最近才作为一个种被认知。所以黑猩猩长年成为近人非人的最佳的动物实验对象。这些都归功于他们，也许对他们来说是非常不情愿的，但他们的确成为接近人非人的最好的动物实验对象。为让黑猩猩学手语这一单纯的研究目的而被使用的尼慕就是为了动物实验，从野生地带抓来，然后在不同环境的美国繁殖，作为实验用的黑猩猩中的一只。

尼慕与史蒂芬妮的相遇是 1972 年史蒂芬妮在哥伦比亚大学学习心理学的时侯，计划研究黑猩猩语言能力的哈布·泰莱斯博士看中了史蒂芬妮开始的。

（中略）

家庭会议决定要接受黑猩猩后，史蒂芬妮就飞到俄克拉何马州的诺曼灵长类研究所，为了去接雄性的黑猩猩宝宝。这里当时是教黑猩猩手语的研究中心，并取得了辉煌的成果。泰莱斯博士当时在那里做的研究得到了很高的评价，可是由于以跟动物交流为研究课题，在实验过程及评价中多少都会参杂研究者的主观意识。所以他想使用当时刚问世不久的摄影照相机，客观地进行追加实验。史蒂芬妮趁黑猩猩妈妈卡罗琳麻醉睡着时，将尼慕抱走，返回纽约。

"从卡罗琳的怀里夺走尼慕，至今仍感到愧疚。卡罗琳至今共生了十个孩子，可是都是在一个月内被抱走了。因为黑猩猩宝宝是最贵重的实验动物。我来到笼子前时，卡罗琳还是察觉到什么，紧紧地抱着自己的孩子。被麻醉后从她无力的胳膊中抱起尼慕时，我对她说一定会让她的宝宝幸福的。可结果我却没能信守诺言……。"

在搭乘飞机时，装尼慕的筐被作为手提行李拿到飞机里，卡罗琳一直抱在腿上。着陆前，空中小姐一边问"您孩子叫什么名字"一边窥视了尼慕的脸，惊吓得跳了起来，不由得露了出可爱微笑。之后，尼慕就成了纽约的居民了。

Ⓥ Tinh tinh là loài cận huyết có chung tới 98% hệ gen với con người. Loài hắc tinh tinh (thường gọi là tinh tinh Bonobo) còn gần theo hệ thống với con người hơn và nếu phân chia theo loài thì là gần nhất nên tinh tinh lâu nãy vẫn được coi là loài gần với con người nhất. Vì thế mà với chúng là điều thực sự phiền phúc nhưng chúng được coi là đối tượng thí nghiệm động vật gần với con người mà không phải con người. Và chú tinh tinh Nimu được dùng vào mục đính nghiên cứu khá dễ chịu là dạy nói chuyện bằng tay cũng được bắt từ thiên nhiên để làm thí nghiệm động vật, là một con trong đàn tinh tinh dùng cho thí nghiệm được nuôi tại nước Mĩ xa xôi.

Gặp gỡ của Nim và Stephany là vào năm 1972 khi cô còn là sinh viên tâm lí học của trường đại hcoj Columbia, và bắt đầu từ việc tiến sĩ Herb Teras người lập kế hoạch nghiên cứu khả năng ngôn ngữ của tinh tinh đã "để mắt" tới cô.

(Lược bớt)

Sau cuộc họp gia đình quyết định đón nhận chú tinh tinh, cô đã bay tới viện nghiên cứu loài linh trường ở bang Oklahoma để nhận chú tinh tinh sơ sinh. Lúc này, đây là vùng trung tâm nghiên cứu dạy thủ thoại cho tinh tinh và đã đạt được thành quả đáng kể. Tiến sĩ Teras đánh giá cao cá nghiên cứu đã được thực hiện từ trước tới nay nhưng vẫn cảm thấy ở các đề tài giao tiếp với động vật, trong quá trình thí nghiệm và đánh giá vẫn có xen vào chủ quan của các nhà nghiên cứu, và ông muốn là thêm thí nghiệm một cách khách quan bằng việc sử dụng những cuốn băng video bắt đầu được lọt ra vào thời đó. Stepany đã tách chú bé sơ sinh Nimu ra khỏi mẹ Caroline trong lúc ngủ vì thuốc mê và qua trở về NewYork.

"Đến giờ tôi vẫn day dứt trong lòng việc đã cướp Nim từ Caroline. Nó đã sinh mười con nhưng tất cả đều bị cướp mất trong tháng đầu tiên. Vì tinh tinh sơ sinh là động vật thí nghiệm rất quý. Khi tôi đứng trước lồng, nó như hiểu được chuyện gì sắp xảy ra nên ôm chặt lấy con mình. Khi nhấc Nim khỏi cánh tay của Caroline đã mềm oặt vì thuốc mê tôi đã nói với nó chắc chắn sẽ làm cho cậu bé này được hạnh phúc. Nhưng kết cục tôi lại không thực hiện được lời hứa ấy…"

Khi lên máy bay, lồng nhốt Nim được tính là hành lí xách tay và luôn được đặt trên đùi trong suốt chuyến bay. Cậu bé còn để lại những câu chuyện đáng yêu như trước khi hạ cánh, cô tiếp viên hàng không vùa hỏi "tên của con chị là gì vậy?" vừa nhìn vào mặt Nim rồi bất ngờ nhảy dựng lên và cậu đã thành công dân thành phố NewYork.

Lesson ❾

Ⓔ People who stop just short of snapping at hospitals must hold themselves back, thinking that "this is a hospital" and making absolute sure that their irritation does not explode. However, irritation felt in trains or stations on the way to and from the hospital seems harder to control in comparison, and I receive reports from some during consultations that "I just snapped on the train platform."

One woman seemed as though she was still excited as she sat down in the consultation room, and said "I screamed in the station on my way here."

"There were more people than normal on the platform today, but it's still common sense to try as hard as possible to not come in contact with others, right? But there were so many salarymen and young people walking while on their cell phones, not looking around them... That was irritating enough on its own, but then one of those men bumped into me. He then tried to walk off without so much as saying 'sorry,' so I chased after him, grabbed his shoulders, and screamed. 'You ran into me! Apologize!' I said."

(...)
Everyone has times in their life or at work when they feel irritated. That said, it seems that the absolute amount of irritation in society has been increasing.
The number of people who cannot hold that irritation down at the level of only irritation and "snap" is increasing as well. Not only young people, but even adults who are said to be "prudent" snap violently in public in what seems like no small numbers.
(...)
Of course, while I describe this as "snapping," many of these cases of irritation or complaints are justified. Unable to just stand by in the face of poor manners, some must be driven by their sense of justice to say "You can't do that."
However, would it be right to rejoice in this, saying that "There are fewer people who are just suffering in silence"?
The number of people who cannot hold down their irritation, or people who come to the conclusion that they cannot stand by and must act, and "snap"—this is known as "acting out" in psychiatry—seems to be increasing.

ⓒ 在医院快要爆发而能忍住的人们大概是"因为这里是医院",所以才能硬忍着不爆发,控制自己吧。可是在往返医院的电车里或车站里的怒火跟在医院里比则很难控制,其中终于有人在站台上爆发了。在医院的诊察室里也有人这样向医生反映自己的症状。
有个女的进到诊察室坐在椅子上,情绪依旧高涨地说"在来这里的途中,我在车站大声喊。"
"今天站台上的人比平时都多,走路要小心尽量别碰到别人是理所当然的吧。可是边走边打电话,根本不看周围的上班族及年轻人有很多……。本来就够烦的了,何况其中的一个男的"咚"的一声撞到我,而且连一句"对不起"都没有,就那么走过去了。所以我追上去,抓住他的肩膀大喊起来"你!撞上我了不是!你得道歉!"
(中略)
无论是谁,在生活中或工作中都有让人心烦的事。然而最近社会上感到心烦的人的确在增加。
而且那种心烦不只是心烦就能控制住的,"爆发的人"在增加。而且不光是年轻人,即使是在懂得"分寸"的大人当中,在公众场所也有不少"爆发"。
(中略)
当然说是"发怒",其中很多的心烦或不满都是具有正当性的,看到违反规矩,正义感就发现,于是有人就大声喊"不能那样做!"
可是,如果将这种倾向视为"视而不见的人减少了",就该为之高兴而不管了吗?
控制不了心烦,心烦一上起来就坐立不安,一定要转化为行动"要爆发"的人——精神医学上称为"见诸行动(acting out)",这样的人是不是在增加啊。

Ⓥ Những ai có thể kìm chế ngay trước khi nổi giận ở bệnh viện chắc đang phải kiểm chế bản thân để sự khó xhiuj đang tới đỉnh điểm không nổ tung, vì họ nghĩ rằng "vì đây là bệnh viện". Nhưng có người phải thường xuyên đến bệnh viện đã bộc lộ trong phòng khám rằng "Sự bực bội trong xe điện hay nhà ga còn khó kiềm chế hơn", trong số đó còn có người "tôi phát bực luôn ở sân ga".
Có một phụ nữ, vừa vào phòng khám, chưa kịp ngồi xuống ghế đã bắt đầu nói với vẻ không kìm chế được sự kích động "Trên đường tới đây tôi đã hét lên ở ga"
"Hôm nay trên sân ga đông người hơn mọi khi, nhưng bình thường là phải cố đi để không va chạm vào nhau đúng không ạ. Thế mà có bao nhiêu người đi làm, thanh niên vừa đi vừa gọi điện thoại mà không thèm nhìn xung quanh. Không có gì đã thấy khó chịu rồi thế mà một người đàn ông trong số đó đã va vào tôi. Xong rồi cứ thế đi mà không nói một lời "xin lỗi", thế là tôi đuổi theo, tóm lấy vai mà quát. "Anh va vào tôi rồi đấy! Xin lỗi đi chứ!"
(rút ngắn)
Chắc ai cũng có lúc cảm thấy khó chịu trong cuộc sống hay trong công việc. Tuy vậy chỉ số khó chịu trong xã hội bây giờ đang tăng trông thấy
Và người ta không kìm chế được sự khó chịu để chỉ dừng lại ở khó chịu mà số "người cáu gắt" đã tăng lên. Mà không chỉ thanh niên mà cả trong những người đã lớn tuổi vẫn luôn được coi là "biết phân biệt" cũng nhiều người nổi cáu kinh khủng ngay trước đông người.
(rút ngắn)
Tất nhiên, nói là "cáu gắt" nhưng trong đó cũng nhiều trường hợp sự khó chịu hay phàn nàn là đúng đắn. Nhìn thấy việc vi phạm phép lịch sự mà không thể bỏ qua, hay lòng chính nghĩa bị kích động mà có người đã phải lên tiếng "Không được làm như thế!"
Những người không kìm chế được sự khó chịu, người "nổi cáu" vì nghĩ tới là đứng ngồi không yên, không làm gì thì không chịu được, thì trong y học tâm lí gọi đó là "hành động hóa (acting out)", nhưng thực sự là số người như thế này đang tăng lên.

Lesson ⑩

E "Nature has more depth than surface."

Cezanne once said these words. How does one depict this in art? Cezanne pursued this question as he held his brushes. He also spoke of creating "according to nature." Indeed, he did not "create" art as a work of fiction, which is why what he did is a very simple and obvious thing.

He drew what he saw as he saw it. What is even more surprising is that it is beautiful. Not a surface kind of beauty, like something pretty or splendid. It is an undeniable beauty that has harmony and depth.

It's said that when Cezanne was asked if he believed in God, he replied that he could never paint if he did not believe. That is why Cezanne's art consists of religious paintings. However, these are more absolute religious paintings than those studded with conventions and symbols. With no Christs or Buddhas in his work, his religious paintings are of a faith in nature and art.

Try walking in your neighborhood after seeing Cezanne's art, for example. At a destination, if you want. You may see lines of hills, with mountains in the distance, and notice depth there that you have never felt before. Scenery you had constantly been looking at appears different after seeing his masterpieces. "Ah, the world has gotten bigger," you think. Your time spent looking at his art is interesting, but the way you see the world in a fresh way after looking at it is also a joy. You find yourself thinking that maybe the happy moments in life are not those when anything special is happening, but when you feel a fresh sense of joy within such non-notable scenery. Art is indeed essential to one's life, and Cezanne is a painter who stands at its peak. Incidentally, what Cezanne realizes within his art is not only the depth of his scenery. Whether a mountain or an apple placed on a table, the strength of its existence there comes across in his canvases. This even goes for humans. They are all there, heavy and absolute, almost like a boulder, with their unshakable strength. This too is something Cezanne found from within nature. When seeing his work a feeling as unshakable as a boulder also comes rising up and awakens within our hearts. This feels good. I believe that this is what it means to look at art.

C "自然与其说是个平面，不如说是有深度的。"

塞尚是这样说的。如何将自然用绘画来表现出来，塞尚手持画笔探索着。他还说"要画符合自然的画儿"。正如他所说的，他的画不虚构。所以塞尚画的画儿简单而真实。

照你看到的去画。更让人惊叹的是，他的画是那么的"美"。他的画并不是只有表面的"漂亮"及"豪华"，还有协调性和深度。

当问道"您信神吗？"塞尚回答道："如果不信的话，我不会画画儿的。"所以塞尚的画儿是宗教画。比那些有固定形式约束及符号的宗教画更纯粹，既不是耶稣也不是佛陀，如果说是针对什么的宗教画，那就是对自然和艺术的信仰。

看了塞尚的画儿后，比如走在附近的路上，或旅行途中也可以，连绵的丘陵及远处的群山。当你看到这些风景时，你会感受到至今所没有感到的深度。经常见到的风景，在看完名画后，就会有不同的感觉。你会觉得"啊！世界在变大！"。赏画是一种乐趣，通过赏画使自己的世界观更鲜明也是一种喜悦。或许人生幸福的瞬间并不是发生什么特别的事情，而是在没有任何风景中感受到从未有过的欢喜吧。人生的确需要艺术，塞尚就是站在艺术最高峰的画家。

塞尚在画中所表现的不仅仅是"深度"，就拿山，还有桌子上放着的苹果来说吧，人们能通过画面感受其"存在"的强烈感。人物也一样，如同一座巨大的岩石，稳重地坐落在那里。看的人心中涌出的毫不动摇的、岩石般那种感觉，越来越强烈，这种感觉很舒服。我觉得欣赏艺术就是这种感觉。

V "Thiên nhiên không bằng phẳng, mà sâu thẳm

Cézanne đã nói như vậy. Vẽ thiên nhiên bằng tranh thế nào? Cézanne đã cầm bút chì lên để tìm kiếm. Ông cũng nói rằng "Vẽ tuân theo thiên nhiên". Quả là như vậy ông không "tạo ra" tranh như một dạng tiểu thuyết. Vì thế mà "những điều Cézanne đã làm" rất đơn giản và hiển nhiên.

Vẽ những thứ nhìn thấy được theo đúng những gì ta nhìn thấy. Ngạc nhiên hơn nữa đó chính là "cái đẹp". Đó không phải là vẻ đẹp bề ngoài theo kiểu "đẹp đẽ gọn gàng" "đẹp hoa lệ". Đó là vẻ đẹp xác thực có sự hài hòa và chiều sâu.

Khi được hỏi rằng có tin vào thần thánh không, Cézanne đã trả lời "Nếu không tin tôi đã không vẽ tranh". Vì thế mà tranh của Cézanne là tranh tôn giáo. Nó là tranh tôn giáo mang màu sắc tuyệt đối hơn so với những tranh tôn giáo với các ước lệ hay các kí hiệu được dùng bừa bãi. Không phải Thiên Chúa cũng không phải Phật giáo, tranh tôn giáo của ông là sự tín ngưỡng với thiên nhiên và nghệ thuật.

Sau khi ngắm tranh của Cézanne hãy thử đi bộ ở con đường gần nhà. Hay ở nơi nào đó đến du lịch cũng được. Các quả đồi nối liền nhau, xa xa là núi. Nhìn phong cảnh ấy và cảm nhận chiều sâu trước nay ta không cảm thấy. Phong cảnh ta nhìn mỗi ngày sẽ trông khác đi sau khi ta ngắm các bức danh họa. "À, thế giới đang mở rộng". Ta sẽ nghĩ như vậy. Thời gian ngắm tranh rất vui tuy nhiên có cái nhìn khác tươi mới hơn về thế giới thông qua việc ngắm tranh cũng là một niềm vui thú. Có lẽ khoảnh khắc hạnh phúc trong đời người không phải là khi có gì đó đặc biệt xảy ra mà là khi ta cảm nhận được niềm vui tươi mới trong khung cảnh có vẻ như chẳng có gì đặc biệt ấy. Quả đúng là nghệ thuật rất quan trọng cho con người, và Cézanne đúng là danh họa đỉnh cao.

Tuy nhiên, thứ mà Cézanne thực hiện trong tranh không chỉ là "chiều sâu" của phong cảnh. Sự "tồn tại" mạnh mẽ của ngọn núi hay quả táo đặt trên bàn cũng được biểu đạt qua tranh. Con người trong tranh ông cũng vậy. Họ tồn tại ở đó một cách tuyệt đối, nặng trịch như thể một tảng đá lớn. Sự mạnh mẽ không lay chuyển ấy. Đó cũng là thứ mà Cézanne đã tìm ra từ trong tự nhiên. Trong tâm khảm của người xem chúng ta, cái cảm giác như một tảng đá không lay chuyển cũng bật mầm vụt vươn lên. Cảm giác thật sảng khoái. Chiêm ngưỡng nghệ thuật, phải chăng chính là những việc như thế này?

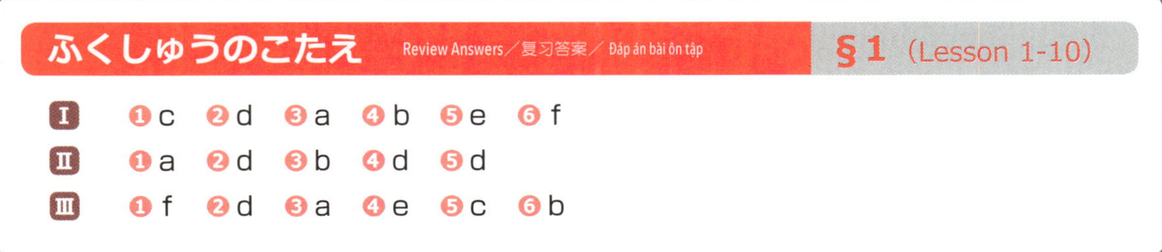

ふくしゅうのこたえ　Review Answers／复习答案／Đáp án bài ôn tập　　§1 (Lesson 1-10)

I　❶ c　❷ d　❸ a　❹ b　❺ e　❻ f

II　❶ a　❷ d　❸ b　❹ d　❺ d

III　❶ f　❷ d　❸ a　❹ e　❺ c　❻ b

Lesson

⑪ 脳死は本当に人の死か

Is Brain Death Really Human Death? ／脳死状态的人真的死了吗
／Chết nào có thực sự là đã chết

　脳死と臓器移植[1]の問題には二つの問題がある。一つは脳死とは何かという問題であり、もう一つは脳死は死であるかという問題である。前者はもっぱら医学の問題であるが、後者は医学の問題である以上に哲学・宗教・法律の問題である。
（中略）

　議論をもっぱら脳死は死であるかどうかという問題にしぼろう。結論からいえば、私は脳死は死ではないと思う。なぜならば、脳死は死であるという論理的根拠が全く乏しいからである。

　人類は今まで何十万年の間、心臓死をもって人間の死としたのである。それは分析すれば「死の三徴候」、呼吸停止、心拍停止[2]、瞳孔散大[3]・対光反射消失の三つに分析されるかもしれないが、死ということは誰でも知っている。呼吸ができず、脈拍が停止し、そして瞳孔が開いてやがて冷たくなる。これが人間の死であり、この死という不思議な事実を人間はいろいろ解釈しようとし、宗教や哲学をつくってきたのである。しかし今、脳死は死であると認めることは、この何万年、何十万年と人間がもち続けた死の概念を変えようとするのである。何のため、それはもっぱら臓器移植をせんがためである。

　もとより移植賛成論者は、脳の機能がいかに人間にとって大きな役割を果たし、脳機能の死は絶対に不可逆的であり、個体死といってもよいという。しかし、脳が特に重要な役割をしている器官であるということが最近発見されたわけではなく、昔から脳は人間にとって大変重要な器官であることは決まっていたのである。臓器移植という問題がない限り、脳死が死であるなどという議論は起こりようがなかった。このことについて、竹内一夫氏は『脳死とは何か』の序文で次のように言っている。

　「臨床医の一人として、私のその一分野である移植医学が益々進歩し、それによって救われる患者が一人でも多いことを祈るものである。しかし移植手術にはどうしても臓器の提供が必要であり、そのためには脳死状態をもって個体の死とする考え方が受け容れられなければならない」

（『脳死は本当に人の死か』梅原猛　PHP研究所より）

＊１　臓器移植：organ transplantation／器官移植／ghép tạng
　　ぞうきいしょく
＊２　心拍：心臓の（規則的な）動きが止まること。
　　しんぱく　しんぞう　　きそくてき　　うごき　と
＊３　瞳孔散大：瞳孔（ひとみ。目の中心にある光を取り入れる小さな円形の穴）が開くこと。
　　どうこうさんだい　どうこう　　　　め　ちゅうしん　　ひかり　と　い　　ちい　　えんけい　あな　　ひら

Vocabulary

□　徴候：何かが起こるしるし。そう思わせる物事
　　ちょうこう　なに　お　　　　　　　　おも　　ものごと
　　の状態や変化。
　　じょうたい　へんか

□　脈拍：pulse／脉冲／mạch đập
　　みゃくはく
□　臨床医：患者に直接接して、治療行為をする医者。
　　りんしょうい　かんじゃ　ちょくせつせっ　　ちりょうこうい　　いしゃ

🔑 ～をもって

手段や方法を表す少し硬い表現。
しゅだん　ほうほう　あらわ　すこ　かた　ひょうげん

EX1 この通知をもって手続きの完了といたします。
　　　　つうち　　　てつづ　　　かんりょう

EX2 何をもって成功といえるか、人によって異なる。
　　　　なに　　　せいこう　　　　　ひと　　　こと

🔑 ～んがため（に）

目的に対する強い意志を表す。書き言葉的な硬い表現。
もくてき　たい　つよ　いし　あらわ　か　ことばてき　かた　ひょうげん
※前に来る動詞が「する」やスル動詞の場合、「せんがために」「Ｖせんがために」となる。
まえ　く　どうし　　　　　　　　どうし　ばあい

EX1 一人でも多くの子どもを助けんがため、彼女はこの活動を続けている。
　　　　ひとり　　おお　　こ　　　たす　　　　かのじょ　　　かつどう　つづ

EX2 優勝せんがために、毎日厳しい練習に耐えてきました。
　　　　ゆうしょう　　　　まいにちきび　れんしゅう　た

CHECK

Q1　筆者が「脳死は死ではない」と考える理由は何ですか。
　　　ひっしゃ　のうし　し　　　　　かんが　りゆう　なん

Q2　筆者は、脳死を死と認める議論が起こったのは、なぜだと考えていますか。
　　　ひっしゃ　のうし　しみと　ぎろん　お　　　　　　　　かんが

Lesson

12 作家と学生との対話

A Conversation Between Writers and Students ／作家跟学生的対話
／Đối thoại với tác giả và sinh viên

生徒A　最初に「時代に対する表現者」というお話をされました。単に「表現者*1」ではなくて、「時代に対する」というのは、どんなことを意味されているのでしょうか？

　これはたとえ話になりますが、「炭坑のカナリア」の話は聞いたことあるでしょう？　おそらくイギリスの話だと思うのですが、かつて炭坑でガス爆発の事故がよく起きていた頃、地下深い坑道まで入り込んでいく炭坑夫たちはカナリアを籠に入れて持っていったという。誇張もされた話でしょうが、炭坑内にガスが出ていると、人間よりも敏感なカナリアが気づいて、騒ぎ立てる。それを見て「あ、やばいぞ。ガスが出てきてるらしい。逃げろ」と炭坑夫は慌てて坑道から脱出する。

　小説家というのはある意味で炭坑のカナリアみたいなものかなあ、と思うことがあります。自分が自覚していなくても、その時代の背後にあるものや、近未来の動きを予感して、それが己れの書くものに反映されるところがあるんじゃないか。

　新聞社や出版社の人たちから、「今この時代を生きている大衆が、真に望んでいるものをつかみ出して、それを表現する本を作りたい」みたいに言われることがありますが、僕はそういう考え方をしないのです。仮に大衆というものがいるとしたら、その人たちが全く感じていない、自分で気づいてもいないし、無意識にさえも発見していないような、そんな意識以前の何かを先取りして、物語の形で差し出す。そして、読者に「あ、そうか、俺たちは本当はこんなことを考えていたのか」という感情を持たせるのが作家じゃないか、などと思っているんです。

　読者なり大衆なりがまだ感じてもいないこと、まだ何の興味も持っていないこと、だけど作家自身がどうしても言わずにはいられないような予見みたいなものを、「あなたは実はこういうことを感じているんじゃないか？　今の時代っていうのはこういうもんなんだよ」と面白く読める物語の形で語る。それが僕の考える小説ですね。

（『七〇歳年下の君たちへ　こころが挫けそうになった日に』五木寛之　新潮社より）

＊１　表現者：文学やアートなどでの表現活動をする人。
＊２　カナリア：鳥のひとつ。canary／金丝雀／hoàng yến
＊３　炭坑：石炭をとるところ。

Vocabulary

☐ 籠：cage／篮子／rổ　　　　　　　　　　　　☐ おのれ：自分。

🗝 〜なり〜なり

具体的な例を挙げながら、「何でもいいので、とにかく」と行動を促す表現。

> **EX1** 今日は暑いから、水**なり**お茶**なり**水分をよく取ったほうがいい。
>
> **EX2** 家にいるなら、家事を手伝う**なり**勉強するなりしなさい。

CHECK

Q1 炭坑にカナリアを連れて行っていたのはなぜですか。

Q2 筆者が考える「小説」とは、どんなものですか。

Grammar Target
◆〜と言っていい
◆〜限り

Lesson 13 変化する力
The Power to Change ／変化的力量／ Khả năng biến đổi

雑草はどんな逆境にあっても花を咲かせる。

困難ななかでやっと咲かせた小さな小さな花。これぞまさに、雑草らしい姿と言っていいだろう。

雑草学者として著名なベーカーは論文「雑草の進化（The evolution of weeds）」のなかで「理想的な雑草」の条件として次の項目をあげている。

「不良環境下でも幾らかの種子を生産することができる」

どんなに厳しい条件でも必ず花を咲かせ、実を結ぶ。これは雑草の持つ特性である。

しかし、雑草の雑草たる所以*1 は、もう一つある。ベーカーは「理想的な雑草」の条件として、まったく違う条件をあげている。

「好適条件下では生育可能な限り、長期にわたって種子生産する」

条件が厳しくても、わずかな種子を残すが、条件がよければ、大量に種子を生産するというのである。それは「生育可能な限り」である。だからこそ、雑草は繁茂し*2、どんどん増えていくのである。

そして、雑草は個体のサイズを大きく変化させるのだ。

条件が悪いところでは、小さな小さな個体となる。しかし、条件のよいところではどんどん成長して、巨大な体を形成する。雑草と呼ばれる植物は、環境に合わせてフレキシブルに体のサイズを変化させることができるのである。

条件が違うと、同じ植物だろうかと思わせるほどに異なった生育ぶりを示す。

道ばたで踏まれながら小さな花を咲かせている姿は、雑草の一面に過ぎない。環境にあわせて変化する力こそが、雑草の真骨頂*3 なのである。

この変化する力は「可塑性」（変形しやすい性質）といい、雑草は「可塑性」が大きいのである。条件がよければ最大限に種子を残すことも、大きく伸びることも雑草らしさである。

環境が悪くてもよくても、最大限の成長を遂げる、この変化する力こそが雑草の強さの秘密なのである。

（『都会の雑草、発見と楽しみ方』稲垣栄洋　朝日新書より）

＊1　所以：現在のように至った理由。
　　　ゆえん　げんざい　　　　いた　　りゆう
＊2　繁茂（する）：草木がよく茂っていること。
　　　はん も　　　　　くさき　　　　しげ
＊3　真骨頂：それの本来の姿。それが持つ本来の価値。
　　　しんこっちょう　　ほんらい すがた　　　　も　ほんらい　か ち

Vocabulary

□　〜ぶり：〜の実際の様子。
　　　　　　じっさい　ようす

🗝 〜と言っていい
　　　　　　　　い

「そのように評価してもいい」という意味を表す。事柄や人についての判断や評価を述べる表現。
　　　　　ひょうか　　　　　　　　　　　いみ あらわ ことがら ひと　　　　　　はんだん ひょうか の　　ひょうげん

> **EX1**　100点満点と言っていいほど、いいホテルでした。
> 　　　　　てんまんてん　　い
> **EX2**　この本が私の人生を変えてくれたと言ってもいい。
> 　　　　ほん　わたし　じんせい　か　　　　　　　　い

🗝 〜限り
　　　　　かぎ

「その条件なら」「その状態が続いている間は」という意味を表す。「A限りB」のA（前提
　　　じょうけん　　　　じょうたい つづ　　　　あいだ　　　　　　いみ あらわ　　　　　かぎ　　　　　ぜんてい
条件）に変化が起きれば、Bも変わる可能性があるという意味を含む。
じょうけん　へん か　お　　　　　　　　か　　　かのうせい　　　　　　　　いみ ふく

> **EX1**　私が知っている限り、イベントは予定どおり行われる。
> 　　　　わたし し　　　　　かぎ　　　　　　　よてい　　　おこな
> **EX2**　田舎に住んでいる限り、車の運転ができないと不便だ。
> 　　　　いなか す　　　　かぎ　　くるま うんてん　　　　ふ べん

CHECK

Q1　雑草の個体のサイズは、どう変化しますか。
　　　ざっそう こたい　　　　　　　　へんか

Q2　雑草の強さの秘密は何ですか。
　　　ざっそう つよ　　ひみつ なん

Lesson
14 ハキダメギク

Hakidame-giku／垃圾菊／Hakidamegiku

ハキダメギクは、南アメリカ原産の外来雑草である。

日本で最初に発見された場所が東京・世田谷のゴミ捨て場だったことから、「掃き溜め菊」と名づけられた。何とも気の毒な名前をつけられてしまったものだが、命名*1者は植物学者として有名な、かの牧野富太郎博士である。

牧野富太郎は生涯に 2500 以上もの植物の名前を命名したというが、ハキダメギクはなんとも安易な名前のつけられ方をしてしまったものである。

ハキダメギクは、畑の雑草として繁茂するが、そうかと思えば、都会の真ん中でも見ることができる。

ハキダメギクは昭和の初めに日本にやって来たと考えられるが、旺盛な繁殖力でいまでは日本のすみずみにまで広がった。

ハキダメギクは原産地の南アメリカから、15 世紀〜 17 世紀前半にかけての大航海時代を経て、世界中に分布を広げていった。ハキダメギクも世界中で見られるコスモポリタンである。

この雑草には、世界各地でさまざまな名前がつけられている。

ハワイでは原産地にちなんで「ペルーの雑草（Peruvian weed）」と呼ばれている。イギリスでは「キュー植物園の雑草（Kew weed）」と呼ばれ、最初に導入された権威ある王立植物園の名を冠している。英名には「勇ましい戦士（Gallant soldiers）」という別名もある。ハキダメギクは繁殖力が旺盛で、小さいながらも次々に花を咲かせて種子を作り、新天地にどんどん進出していく。その様子が「勇ましい戦士」と称えられたのである。

　こんなにすごい雑草なのに、日本では「掃き溜め」呼ばわりされている。

　なにしろ、見つかったところが「掃き溜め」だったというのが、何とも不運だった。雑草も人間も、第一印象が大切なのである。

（『都会の雑草、発見と楽しみ方』稲垣栄洋　朝日新書より）

＊１　命名（する）：名前をつけること。
＊２　〜呼ばわり：〜と呼ぶ扱い。

Vocabulary

□ かの：あの。例の。

□ なんとも：どうにも。うまく言い表わせないが。
　　どう表現していいか、わからないが。

□ 旺盛（な）：欲求や意欲が盛んな様子。

□ 導入（する）：新しく取り入れること。

□ なにしろ：とにかく。

□ 不運（な）：unfortunate ／运气不好 ／đen đủi

🗝 〜かと思えば

発生した事柄が話し手の予想と反していたことを表す。驚きやあきれた気持ちを表す。

> **EX1** 雨が降りだした**かと思えば**、すぐに止み、ほっとした。
>
> **EX2** 熱心に勉強しているの**かと思えば**、漫画を読んでいた。

🗝 〜ながらも

「Ａながらも Ｂ」の形で、「Ａだが、その一方で（心配されるマイナスの面はなく）Ｂでもある」という意味を表す。

> **EX1** 安い**ながらも**、味はよく、おすすめの店です。
>
> **EX2** 先生は、厳しく指導し**ながらも**、常に生徒のことを考えていた。

CHECK

Q1　「ハキダメギク」と名付けられたのはなぜですか。

Q2　「ハキダメギク」はどこで見ることができますか。

Lesson
15 花の好きな犬

The Dog Who Loved Flowers ／花最喜欢的狗／ Chú chó thích hoa

それから十年ほど犬のいない日々が続いた。しばらくしてカヌーイスト*1の野田知佑さんの犬「ガク」とたいへん親しくなり、結果的にはぼくの家で「ガク」を預かるようになった。ガクはシェパードの血と和犬*2の血筋*3を感じさせたがもとよりそこらの雑種犬*4である。しかしそこそこ大きくて活動的な犬、ガクのために庭のぐるり*5にフェンスをはって鎖なしで暮らせるようにした。

それからしばらくすると北海道の友人が「でっかくなる犬」の子犬が生まれたのでいらないか、と言ってきた。ベアデッドコリーとアフガンハウンドの二頭の血をひく犬でそれはたちまちガクよりも大きくなった。

（中略）

兄貴分のガクの下で、ぼくの飼い犬の「モリちゃん」は、図体*6のわりにはまったく犬としての自覚がないなさけないやつだった。外にでるのが怖くてしかたがないようなのである。たとえば散歩に行ってもそこらの樹や電信柱に勢力マーカー*7としての豪快な雄犬らしい片足あげ小便ができない。いつまでたっても女座りの小便しかできず、あるまいことか*8わが家の庭に戻ってくると、やっとホッとして庭の真ん中の桜の木の根元にゆっくり小便をしているのだった。

逞しい百戦錬磨のあんちゃん*9犬「ガク」がいるから嫌いな散歩におそるおそるついてくるけれど、そうでない単独のときは人間の散歩に義理でつきあい、家が近くなってくるとぐんぐん網をひいて家の庭に逃げ込む、というのがモリちゃんの生き方なのであった。

でもそういう犬もいいと思った。
『はなのすきなうし』という絵本がある。スペインの話だ。闘牛*10よりも花の下にうずくまって花のかおりの中にいたい、というこころ優しい牛の話だった。

犬だってそういう優しいのがいてもいいんだよなあ、と思うようになったのは、その一方で野田さんの「ガク」が、野田さんに旅写真やCMなどの依頼があると、広告会社とか雑誌社の人などがなんだか常に軽薄な言葉つきで共通している"業界人種"の匂いをはなちながらクルマで迎えにきて、動物タレントよろしく連れられていくのをよく見ていたからだ。今思ってもムカムカするほど軽くていいかげんな"業界"の奴らだった。

　犬の「ガク」は決してそんなことは望んでいなくて、我が家の庭でモリちゃんとのんびりしていたいのだろうなあ、と預かっているほうは思ったものだ。

　そういう不思議な運命の両極にあって、それでもわが家の庭ではきわめて犬的にむつみあっている*11 この二頭の犬と暮らしていた時代が、自分で犬を飼う最後だった。

（「花の好きな犬」『殺したい蕎麦屋』椎名誠　新潮文庫より）

*1　カヌーイスト：カヌーに乗る人。特に専門的にカヌーに乗って活動する人。
*2　和犬：日本犬。
*3　血筋：先祖から子孫へと続く血のつながり。
*4　雑種犬：異なる種類の犬同士から生まれた犬。
*5　ぐるり：周囲。
*6　図体：体。
*7　マーカー：しるし。何かを示すしるし。
*8　あるまいことか：あろうことか。あっていいことか（いや、あってはならないことだ）。
*9　あんちゃん：「おにいさん」の親しみをこめた言い方。
*10　闘牛：Bull fight／斗牛／Đấu bò
*11　むつみあって：仲良くして。

Vocabulary

□　うずくまる：頭を下げ姿勢を低くし、体を丸くすること。

□　業界：ある産業に属する人々の世界。特にテレビや広告、エンターテイメントに関係する業界を指していうことが多い。

🔑 〜わりに(は)

「予想していたレベルに比べれば〜」という意味を表す。プラス評価にもマイナス評価にも用いる。

> **EX1** 彼女は、やせているわりには力が強い。
>
> **EX2** この店は、値段のわりにあまりおいしくない。

🔑 〜だって

「〜でも」または「〜でさえ」という意味を表す。くだけた話し言葉。

> **EX1** そんなこと、子どもだって知ってるよ。
>
> **EX2** 医者だって病気になることはある。

CHECK

Q1 「モリちゃん」はどんな犬ですか。

Q2 筆者は、「ガク」がどんなことを望んでいたと思っていますか。

Grammar Target
◆ ～にあって

Lesson 16　いかに読書すべきか

How Should We Read ／应该如何读书／ Nên đọc sách thế nào

　読書は一種の技術である。すべての技術には一般的規則があり、これを知っていることが肝要である。読書法についても古来いろいろ書かれてきた。しかし、技術は一般的理論の単なる応用に過ぎぬものではない。技術においては一般的理論が主体化されねばならず、主体化されるということは個別化されるということである。これが、その技術を身につけるということであって、身についていない技術は技術ということができぬ。読書にとって習慣が重要であるというのも、読書が技術であることを意味している。技術は、習慣的になることによって身につくのであり、習慣的になっていない技術は、技術の意義を有しないであろう。★そのことは、もとより読書にとって一般的規則が存在しないことを意味するのではない、もし、何らの一般的規則も存在しないとすれば、それが技術であることもできぬはずである。

　一般的規則の主体化を要求する点において、すでに手工業的技術は工場的生産の技術よりもはるかに大きいものがあるであろう。まして読書のごとき精神的技術 にあっては、一般的規則が各人の気質*3にしたがって個別化されることが、いよいよ*必要になってくる。めいめいの気質を離れて読書の技術はない、といってもいいほどである。読書法は各人において性格的なものである。それゆえに、各人にとって自分に適した読書法を発明することが最も大切である。読書の技術において、人はめいめい発明的でなければならぬ。もちろん、この場合においても、発明の基礎には一般的規則がある。しかし、自分の気質に適した読書法を自分で発明することに成功しない者は、永く、楽しく、また有益に読書することはできないであろう。

（『如何に読書すべきか』三木清より）

*いよいよ：ますます。前よりもさらに。

Vocabulary

□ 古来：昔から。

□ 一般的理論を主体化する：一般的理論を、読む
　人それぞれに合うように取り入れ、実践する。

□ 気質：人の性格や傾向、性質。

🔑 〜にあって

「その状況で」という意味を表す。少し硬い表現。

EX1　交通機関に大きな影響が出ている状況**にあって**、移動は非常に困難でした。

EX2　日本経済は高度成長期**にあって**、人々の生活も大きく変わった。

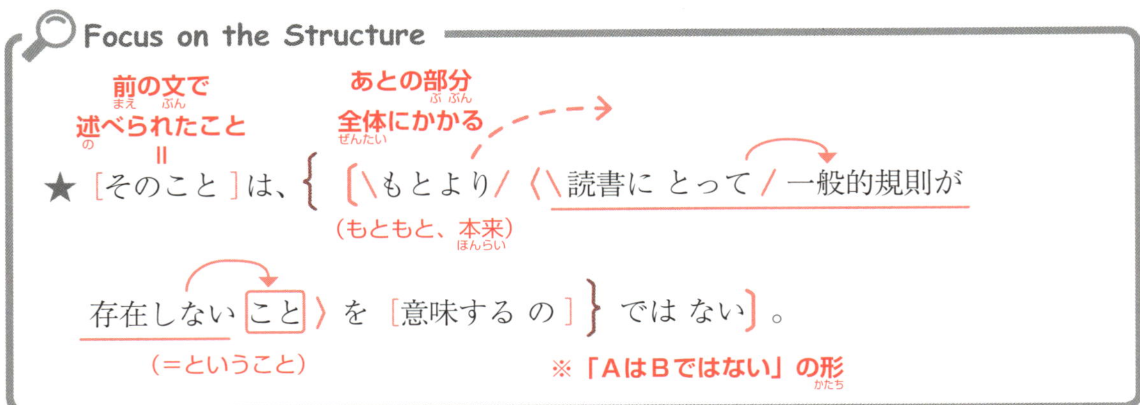

Q1　どうして「読書は技術である」といえるのですか。

Q2　読書法で最も大切なことは、何ですか。

Lesson ⑰ 合羽橋
かっぱばし

Kappabashi ／合羽桥／ Kappabashi

Grammar Target

◆ 〜かというと

◆ 〜にしろ

◆ 〜となると

合羽橋はプロの町だ。何のプロ**かというと**、料理屋のプロだ。食べ物屋といった方がいいのか。鉄人*1 **にしろ**木人**にしろ**鉛人**にしろ***2。食べ物屋*3 を開く**となると**丼がいる、皿がいる、箸がいる、テーブルがいる、鍋、釜、包丁、とにかくいろんな道具が必要になる。それが全部この町で売っている。

こちらはプロではないけど、あわよくば何か買いたい。プロみたいに皿を百枚も買えないが、一、二枚なら……。とりあえず、手近な店に入ると、プレート類*4 がたくさんあった。営業中、準備中、本日休業、予約席、禁煙、とかいろいろある。人間、なまじ*5 文字が読めるから、頭が混乱する。「準備中」のプレートを見ると、あ、まだだめか、と思うし「予約席」のプレートを見ると、思わずそこを避ける気持ちが働く。

（中略）

サンプル屋が最高におかしい。ラーメンあり、カレーライスあり、アジの開き*6、野菜炒め、海老のてんぷら、店内全部がそれだから何だか息がむせてくるが、全部サンプルだ。ラーメンを買いたくなった。買い物としては最高だ。

でも買ってどうする、という自問自答でぐっとこらえていたら、おちょこぐらいの小さなミニラーメンがあったので飛びついた。おつゆのこぼれそうなミニラーメンが、手に取るとブローチになっている。外国人に売れるので、造ったという。引き出しを開けると焼き鳥、タコ焼き、おにぎり、アイスクリームがミニタイプでぎっしりあって、唖然とした。

（「合羽橋」『散歩の学校』赤瀬川原平　毎日新聞社より）

*1　鉄人：鉄のように強い体を持った人。ある分野で圧倒的な実力を持つ人。
*2　鉄人にしろ……：鉄人でも……。「料理の鉄人」というテレビの人気番組を連想させる表現。「木人」「鉛人」などという一般的な語はない。
*3　食べ物屋：食堂のくだけた言い方。
*4　プレート類：店などで案内情報を掲示するための小さな板など。
*5　なまじ：中途半端に。
*6　開き：魚を切って開き、干したもの。

Vocabulary

□ 釜：ご飯を炊いたりお湯をわかしたりするための金属製の器。

□ アジ：魚の一つ。家庭や店でよく料理に使われる。

□ サンプル：ここでは食品サンプルを指す。

□ おちょこ：日本酒を飲むときに使う容器。さかずき。少量を注いで飲む。

□ （お）つゆ：料理の汁。

🔑 ～かというと

「～か」という疑問を示し、その答えについて説明する表現。

> **EX1** 出席したい**かというと**、それほどでもありません。
>
> **EX2** 何が言いたい**かというと**、がんばるだけでなく、楽しむことも大切だということです。

🔑 ～にしろ

どんな場合でも、ある事柄が成立することを表す。「どんなに」「いくら」などと一緒に用いることが多い。

> **EX1** いくら好き**にしろ**、毎日同じものを食べると飽きる。
>
> **EX2** 何をする**にしろ**、お金が必要だ。

🔑 ～となると

～の場合は事態や状況が異なると言いたいときに用いる。

> **EX1** 家でパーティーをする**となると**、いろいろ準備も大変だ。
>
> **EX2** 海外旅行はいつでも行きたいが、一人で行く**となると**、ちょっと心配だ。

CHECK

Q1 合羽橋はどんな町ですか。

Q2 筆者が一番おもしろかったのは、何の店ですか。

Lesson 18 東京タワー
とうきょう

Tokyo Tower ／东京塔／ Tháp Tokyo

今日は散歩だからまわりからタワーを見て歩くだけ、と思っていたが、やはり来た**からには**タワーの上まで登りたい。これは空中散歩ということにしよう。

最近は高層ビルブームで、高い所からの展望は珍しくないが、でも東京タワーはその老舗**だけあって**、その展望館は堂々としている。とくに凄いのは床がガラスになってはるか下の地面が見える「ルックダウンウィンドウ」の部分。これは鉄塔**ならではの**もので、その上を歩いても大丈夫と知っていながら、足を置いた瞬間にぞわぞわっとくる。この感覚は凄い。パソコン的バーチャルで何ごとも知ったつもりの気持ちが、一瞬に吹っ飛ぶ。

（「東京タワー」『散歩の学校』赤瀬川原平　毎日新聞社より）

Vocabulary

□ ぞわぞわ：恐怖や気持ち悪さなどから寒気を感じる様子。

□ 〜とくる：ある感覚や感情が感じられること。

🔑 〜からには

「AならBしたい / Bするべきだ」などといった話し手の意志を表す。

EX1 出場する**からには**、優勝を目指します。

EX2 結婚する**からには**、仕事にもっと頑張るつもりです。

🔑 〜だけあって

「〜だから」という意味を強調した言い方。身分や地位、実績などに基づく主観的な評価が述べられる。

> **EX1** Ｔ大学を卒業した**だけあって**、彼女は頭の回転が速い。
> **EX2** 料理教室を開いている**だけあって**、彼女の料理はすごくおいしい。

🔑 〜ならではの

人や組織を表す名詞を受けて、「〜が特徴的に持つもの」という意味を表す。

> **EX1** この町**ならではの**おいしい料理ををご紹介します。
> **EX2** 彼女**ならではの**温かい気づかいに感動した。

CHECK

Q1 筆者が凄いと思ったのは、何ですか。

Q2 なぜ「ぞわぞわっとくる」のですか。

Lesson ⑲ 心の強い子どもを育てる

Raising a Strong Hearted Child ／培养内心坚强的孩子
／ Nuôi dạy đứa trẻ mạnh mẽ

Grammar Target

◆ ～ぬ

◆ ～だろうと～だろうと

　今ほど、子どもや子育てを取り巻く環境が見えにくい時代はないのではないか、と思う。そして今後ますます、より複雑で、より多様な問題が生まれてくるのではないか、と危惧している。

　たとえば、「友達との関係」について。子どもが育つ上で、友達との交流や友達の力が大切なのは言うまでもない。だから、多くの親は、我が子にいい友達ができてほしいと願うし、どういう友達とつきあっているのか気になるし、友達との関係に悩んでいる様子が見られたりするととても心配になる。

　子どもから、「友達はみんなゲーム機を持ってるよ」などと言われれば、ついかわいそうな気がして、今度のクリスマスには買ってやろうかと心が動く。まして、子どもの友達が続々とスマートフォン（スマホ）を持つようになれば、親たちは「我が子にも必要かな」と感じるだろう。

　現に子どもは、「同じ班の友達は自分専用のパソコンを使ってる」とか、「スマホがないと友達とつきあえない」とか、「ネットをやらないと情報に乗り遅れる」などと言うものだ。親にすれば、我が子が友達とうまくいくように、ネット社会に適応できるように、そんな優しい親心で最新のスマートフォンを買い与える。

　さて、そこから先はどうなるだろう。子どもは親から与えられたスマートフォンを通じて、確かに「友達との関係」を保てる。メールを交換したり、絵文字で今の状況を伝えあったり、同じ音楽をダウンロードしたり、無料通話アプリを使って長電話をしたり、と実にたくさんのコミュニケーションが可能となる。

　ところが一方で、親には子どもの世界が見えにくくなる。誰とメール交換しているのか、その内容は何か、なぜずっとスマホを手放さないのか、アドレス帳に見知らぬ名前が登録されている、「友達に会う」と言って出かけようとするが行き先を教えない……。こんなふうに、親には「わからない」ことがどんどん増えていく。

　おまけに、スマートフォンを通じての友達関係は、いいことばかりとは限らない。宿題に取り組んでいる時間だろうと、真夜中だろうと、外出先だろうと、いつでもどこでも友達とつながっていられるが、それは反面、「絶えず友達を意識していなくてはならない」というプレッシャーにもなりうる。

（『心の強い子どもを育てる ネット時代の親子関係』石川結貴　花伝社より）

Vocabulary

☐ 危惧（する）：よくない結果にならないかと、心配し、恐れること。

☐ 現に：実際に。

🔑 〜ぬ

否定を表す助動詞で、「〜ない」の書き言葉的な表現。

> EX1 まだ見ぬ未来へ希望が持てる社会にしたい。

> EX2 予期せぬ事態に慌ててしまった。

🔑 〜だろうと〜だろうと

「Aだろうと Bだろうと」の形で、「A でも B でも、結果は同じだ」ということを表す。

> EX1 男性だろうと女性だろうと、やる仕事は同じです。

> EX2 それが本当だろうとうそだろうと、私には関係ないことです。

CHECK

Q1 親が子どもにスマートフォンを買い与えるのは、どんな気持ちからですか。

Q2 スマートフォンを通じての友達関係で、よくないことは何ですか。

Lesson 20 引退後
いんたいご

After Retirement ／引退后／ Sau khi quy ẩn

長政*1 は考えた。
ながまさ　　　かんが

（日本一頭の良い男といわれた父上が、形見にくださる品物だ。おそらく深
にほんいちあたま　よ　　おとこ　　　　　　ちちうえ　　かたみ　　　　　しなもの　　　　　　　　ふか
い意味があるだろう）
いみ

と思ったからである。そういう長政を如水*2 はじっと見つめていた。やがて
おも　　　　　　　　　　　　　　ながまさ　じょすい　　　　　　　み
こう言った。
い

「息子よ、また考えているな」
むすこ　　　　かんが

「はい。父上のご意図を察すべく意味を探っております」
ちちうえ　　いと　さっ　　　いみ　さぐ

「やめなさい」

「は」

「その下駄と草履には何の意味もない」
げた　ぞうり　　なん　いみ

「え？」

びっくりする長政に如水は説明を加えた。
ながまさ　じょすい　せつめい　くわ

・ 何の意味もない草履や下駄に意味を求める癖は、おまえが異見会*3 から身
　なん　いみ　　　ぞうり　げた　いみ　もと　　くせ　　　　　　　　いけんかい　　　　み
　につけてしまったものだ。

・ 多くの人間からそれぞれの意見を言わせようという努力は認める。しかし、
　おお　にんげん　　　　　　　　いけん　い　　　　　　　　どりょく　みと
　聞いていれば意見の中には役に立つものと立たないものとがある。また、
　き　　　　　　いけん　なか　　やく　た　　　　　た
　ガセネタもある。それを見抜くのが会を束ねる者の役割だ。おまえはその
　　　　　　　　　　　みぬ　　　かい　たば　もの　やくわり
　役割を果たしていない。とにかく誰にでも平等に発言させようとしている。
　やくわり　は　　　　　　　　　だれ　　　びょうどう　はつげん
　これは時間を食うだけだ。
　じかん　く

（中略）

・ 今のおまえの異見会の運営は、何も用意せずに出掛けて行って、異見会の
　いま　　　　いけんかい　うんえい　なに　ようい　　　で か　　い　　　いけんかい
　中から何かを得ようとしている。これはトップとしての怠慢である。トッ
　なか　なに　え　　　　　　　　　　　　　　　　　たいまん
　プはトップなりに、あらゆる場合を想定して、その事案に対する解決策を
　　　　　　　　　　　　　ばあい　そうてい　　　じあん　たい　かいけつさく
　持たなければならない。決断力が鈍ったときは、この草履と下駄を取り出
　も　　　　　　　　　けつだんりょく　にぶ　　　　　ぞうり　げた　と　だ
　して、親父が死ぬ間際に何を言ったか、ということを思い出せ。
　　おやじ　し　まぎわ　なに　い　　　　　　　　　おも　だ

長政は感動した。二度と彼は、

「彼の意見に従いましょう」

　などとは言わなくなった。つまりトップ固有の決定権（決断権）は、しっかりと離さないことにつとめたのである。

　このように長政に訓誡をして、まもなく如水は死ぬ。彼は彼なりに、博多の地名変更事件の失敗から、

「民の力の強さと恐ろしさ」

　を知ったのである。

（中略）

　今考えれば、背中に冷水を浴びせられるような思いも多々ある。しかし如水は、単に反省と悔恨と自己嫌悪だけに終始するようなことはしなかった。

「隠居後に、そんなことだけに時間を費やしたのでは、隠居した甲斐がない。少なくとも俺らしくない」

　と考えた。そこで彼は息子の長政を立てるために、最期の隠居力を振り絞ったのである。

（『退いて後の見事な人生』童門冬二　祥伝社より）

＊1　長政：如水の息子。
＊2　如水：黒田如水。戦国時代（15世紀末〜16世紀末）に、織田信長と豊臣秀吉のもとで活躍した。
＊3　異見会：如水が始めた会で、自由な意見交換を目的にした。

Vocabulary

□ は：指示や命令を受けたときに「わかりました」という意味を表す。

□ 隠居：これまで続けてきた仕事をやめて、のんびり暮らすこと。

□ 〜する甲斐がない：〜することに合う成果や効果が得られない。

□ 民：人々。市民や国民など。

□ 冷水を浴びせる：相手のやる気や意欲を失わせるようなことを言ったりしたりする。

🔑 〜かいもなく／〜かいがない

「努力したが、残念ながら」という意味を表す。

> **EX1** あれだけ勉強した**かいもなく**、試験に落ちてしまった。
>
> **EX2** ２週間ジョギングした**かいもなく**、体重はほとんど変わっていなかった。

参照 〜かいがある／〜かいあって

「〜する意味がある」「〜することに合うだけの結果や効果が得られる」という意味を表す。

> **EX1** みんな喜んでくれて、頑張った**かいがあった**。
>
> **EX2** 直接会って話した**かいあって**、お互い理解し合うことができた。

CHECK

Q1 会のトップに立つ人の役割とは何ですか。

Q2 如水は、どのようなことを自分らしくないと考えていますか。

ふくしゅう　§2（Lesson 11-20）

I　次の❶〜❻の＿＿＿＿に合うものをa〜fの中からえらんで、文をつくりましょう。

❶　この番組は、12月をもって＿＿＿＿＿＿＿＿＿＿＿＿＿＿＿＿＿＿＿＿。

❷　雨が降らない限り、＿＿＿＿＿＿＿＿＿＿＿＿＿＿＿＿＿＿＿＿。

❸　夢をかなえんがため、＿＿＿＿＿＿＿＿＿＿＿＿＿＿＿＿＿。

❹　お昼時だけあって、　＿＿＿＿＿＿＿＿＿＿＿＿＿＿＿＿＿。

❺　社長に説明するとなると、　＿＿＿＿＿＿＿＿＿＿＿＿＿＿＿。

❻　どちらかというと、　＿＿＿＿＿＿＿＿＿＿＿＿＿＿＿。

a. ハイキングは行われます	b. どの店も行列ができている
c. 放送を終了いたします	d. 資料をしっかり用意しなければならない
e. 毎日努力を続けてきた	f. 彼女は慎重な性格だ

II　（　　）の中に入れることばをa〜dから選びましょう。

❶　彼女は、やると決めた（　　　　　）最後までやる人だ。

　　a．かと思えば　　　b．かというと　　　c．からには　　　d．わりには

❷　出張の時はいつも、ご当地（　　　　　）お土産を買って帰る。

　　a．ならではの　　　b．と言っていい　　c．ながらも　　　d．にしろ

❸　たかがゲーム（　　　　　）、ムキになるな。

  a．ごときに　　　　　b．にしろ　　　　　c．だけあって　　　d．ならでは

❹　最近は、新しい政党ができた（　　　　　）すぐになくなる。

  a．わりには　　　　　b．からには　　　　c．だけあって　　　d．かと思えば

❺　このパソコンは値段の（　　　　　）性能がいい。

  a．ならでは　　　　　b．限り　　　　　　c．わりには　　　　d．かいがなく

Ⅲ　次の❶～❻の＿＿＿＿に合うものをa～fの中から選んで、文をつくりましょう。

❶　＿＿＿＿＿＿＿＿＿＿＿＿＿＿＿＿＿＿、電話なりメールなりで早く連絡したほうがいい。

❷　＿＿＿＿＿＿＿＿＿＿＿＿＿＿＿＿＿＿、必ず出席します。

❸　＿＿＿＿＿＿＿＿＿＿＿＿＿＿＿＿＿＿、失敗することはある。

❹　＿＿＿＿＿＿＿＿＿＿＿＿＿＿＿＿＿＿、また寝てしまったよ。

❺　＿＿＿＿＿＿＿＿＿＿＿＿＿＿＿＿＿＿、明るい家庭でした。

❻　＿＿＿＿＿＿＿＿＿＿＿＿＿＿＿＿＿＿、サービスがよくなかった。

a. やっと起きたかと思えば　　　　　b. 大雨だろうと台風だろうと

c. あの店は、評判のわりには　　　　d. 予定を変更したいなら

e. どんなに慎重な人だって　　　　　f. 貧しいながらも

モデル文章の訳
ぶんしょう やく

Model Sentence Translations
模式文章的翻译
Phần dịch của đoạn văn mẫu

Lesson ⑪

Ⓔ There are two questions when it comes to the problems regarding brain death and organ transplant. One is the question of what brain death is, and the other is the question of if brain death is death. The former is entirely a medical question, while the latter is not only a medical question, but a philosophical, religious, and legal one as well.

(...)

Let's focus this discussion entirely on the question of whether brain death is death. To start with my conclusion, I do not think that brain death equals death. I say this because of the utterly poor logical basis of saying that brain death equals death.

For hundreds of thousands of years until now, mankind has treated cardiac death as the death of a human. Analyzing this may show the "three signs of death," which are the cessation of breathing, the cessation of pulse, as well as the dilation and loss of light reflex of the pupils, but everyone knows what death is. It means being unable to breathe, the pulse stopping, the pupils being wide, and eventually getting cold. This is the death of a human, and humans have attempted to create various interpretations of the mysterious fact that is death, resulting in the creation of religion and philosophy. However, to now acknowledge brain death as death is to try to change the conception of death that humans have held for tens, or hundreds of thousands of years. And for what? All to conduct organ transplants.

From the start, those in favor of organ transplants have said that the brain plays an immensely important function in humans, and that the death of brain activity is absolutely irreversible, resulting in the death of the individual. However, the brain being an organ that plays a particularly important role is not something that was recently discovered. Since long ago, the brain had been placed as a very important organ to humans. So long as the issue of organ transplants did not exist, there was no way that the discussion of whether brain death was death would ever occur. Kazuo Takeuchi says the following in the introduction to What Is Brain Death.

"As a clinician, one of my fields, transplant medicine, has seen growing advances, and I do pray that as many patients as possible can be saved by it. However, organs must be provided in order to conduct transplant surgery, and as such this forces us to accept the way of thinking that brain death equals the death of the individual.

Ⓒ 脑死和器官移植问题中包含两个问题。其一，脑死是如何定义的，其二，脑死的人算是死亡吗。前者只是医学领域的问题，后者除了是医学问题，还牵涉到哲学、宗教和法律。

（中略）

只把讨论的问题点限定在脑死是否算是死亡吧。从结论来说，我认为脑死不算是死亡。因为缺乏证明脑死是死亡的理论依据。

人类在至今的几十万年中，一直是把心脏停止跳动认定为人类的死亡。具体分析来说就是指"死亡的三个征兆"，呼吸停止、心脏停止跳动和瞳孔放大，这是人人皆知的常识。无法呼吸，脉搏停止跳动，然后瞳孔放大，不久身体变凉。这就是人类的死亡，宗教和哲学一直尝试对于人类的死亡这一不可思议的事实做出各种各样的解释。可是，现在要把脑死算作是人的死亡，这是要改变人类持续了数万年、数十万年的对于死亡的固有概念。出于什么目的呢，就是出于器官移植的目的。

原本赞成器官移植的人认为，大脑的功能对于人体功能影响巨大，大脑功能上的死亡绝对是不可恢复的，可以视作是个体生命的死亡。可是，脑部是功能重要的器官这一事实并不是最近才发现的，在古代人们就认定大脑是非常重要的器官。只要没有器官移植这个问题，就绝不会发生脑死是否算是死亡这样的讨论。关于这个问题，竹内一夫在《脑死是什么》一书的序言中如下阐释。

"作为一位临床医生，我希望器官移植医学越发进步，可以挽救更多患者的生命。可是，器官移植就必须有器官的提供，因此凭借脑死状态就可以判定个体的生命死亡这一观念必须被人们接受。

Ⓥ Có hai vấn đề trong chết não và cấy ghép nội tạng. Một là chết não nghĩa là như thế nào, và hai là chết não có phải là đã chết hay không? Vấn đề đầu tiên là vấn đề của y học còn vấn đề thứ hai còn trên cả y học, nó là triết học, tôn giáo và pháp luật.

(Rút ngắn)

Chúng tay hãy thu gọn tranh luận vào vấn đề chết não đã phải là chết hay chưa? Nói luôn kết luận thì tôi nghĩ chết não không phải là đã chết. Bởi vì chết não có quá ít bằng chứng logic để coi là đã chết.

Nhân loại hàng trăm nghìn năm qua vẫn coi tim chết nghĩa là người đó chết. Nếu phân tích thì có lẽ nó được phân tích bởi "3 triệu chứng của cái chết" là ngừng thở, tim đừng đập, dãn đồng tử, và ai cũng nhận thấy rằng người đó đã chết. Không thể thở, mạch ngừng đập và đồng tử mở to dần dần người sẽ lạnh. Đây chính là cái chết của con người, con người có nhiều cách lí giải về hiện thực kì lạ được gọi là cái chết này nên tạo ra tôn giáo hay triết học. Nhưng ngày nay, chết não được công nhận là cái chết đang thay đổi khái niệm về cái chết được con người duy trì suốt hàng chục nghìn, trăm nghìn năm qua. Đó là để làm gì, hầu hết là để có thể cấy ghép nội tạng.

Vốn dĩ những người ủng hộ cấy việc cấy ghép cho rằng, chức năng não có vai trò lớn như thế nào đối với con người, việc chức năng não chết không thể đảo ngược và có thể gọi là chết cá thể. Nhưng việc não là một cơ quan có chức năng đặc biệt quan trọng không phải mới được phát hiện ra gần đây mà từ ngày xưa não đã được khẳng định là một cơ quan vô cùng quan trọng đối với con người. Nếu như không có vấn đề cấy ghép nội tạng thì đã không nảy sinh tranh cãi về việc chết não có phải là đã chết hay không. Về vấn đề đây, ông Takeuchi Kazuo đã nói như sau trong chương mở đầu của cuốn "Chết não nghĩa là gì?"

"Là một bác sĩ, tôi mong y học cấy ghép cũng là một phần trong lĩnh vực của tôi ngày càng phát triển và càng nhiều bệnh nhân được cứu nhờ việc này. Song, phẫu thuật cấy ghép bắt buộc phải cần có người hiến tạng, và để có được nó thì chúng ta phải chấp nhận suy nghĩ não chết có nghĩa là cá thể đó đã chết".

Lesson ⑫

🇪 Student A: We first heard about "Artists in relation to their time." What does it mean to not only be an artist, but to be in relation to one's time?

As an example, have you heard of a "canary in a coal mine"? I believe the story is from England, but back when gas explosions were common accidents in coal mines, it is said that coal miners who would travel through tunnels deep underground would bring with them caged canaries. While this story has surely been exaggerated, the canaries, more sensitive to gas, would begin to make a fuss if gas was present inside the mine. The miners would then panic if they saw this and escape from the tunnel, thinking "Oh, this is bad. It looks like gas is coming out. Run!"

Sometimes I think that novelists are, in a way, like canaries in coal mines. I think that even if they themselves do not realize it, what is present in the background of their time or predictions of changes in the near future are reflected in their work.

While employees of newspaper companies and publishers say things like, "We want to grasp what the masses who live in this age truly want and create a book that expresses that," but I do not think of things that way. Even if something like "the masses" exist, what I want to do is anticipate something pre-conscious that they do not feel at all, do not even notice, and cannot even discover in their subconscious. I think that what an author does is make readers feel, "Oh, right, so this is what we were really thinking."

Something that tells a story that is interesting to read about things that neither readers nor the masses feel yet, have any sort of interest in, but that an author cannot help but predict aloud, saying "Aren't you really feeling something like this? This is how our time is." That is what I consider the novel to be.

🇨 学生 A 刚才您说了「时代的表现者」，不光是「表现者」，还有「对时代」意味着什么呢？

这只是一个比喻，你听说过「煤矿的金丝鸟」吗？我记得这大概讲的是英国的故事吧。以前在煤矿里常常发生瓦斯爆炸事故的时期，据说矿夫们把金丝鸟放到笼子里下到很深的坑道里。虽然说有点儿夸张，当坑道里出现瓦斯泄漏时，金丝猴比人敏感，就开始骚动起来。"啊！不好！漏瓦斯了！快跑！" 人们一看到这个现象就慌忙地从坑道逃离。

我有时觉得小说家某种意义上就像那个金丝鸟，即使自己不自觉，他们预感到其时代背景下 或近期要发生的事，于是就把它们反应在自己写的作品里。

报纸和出版商的人有时会说："生活在这个时代的群众想要抓住他们真正想要的东西，要写一本表现那种愿望的书。" 但我不这么认为。假如说有这样的群众，他们根本没有感觉，他们甚至自己也没有注意到，甚至连在无意识中也没发觉那些他们以前前预测的事，并以故事的形式表现出来。于是作家就煽动读者"哦，是的，我们确实考虑过这样的事。"，这就是作家。

读者大众还没感到的，还没有任何兴趣的事情，可是作家自身就有种不说不行的那种预见感，"你其实是不是感觉到是这样的？如今的时代就是这样啊！" 作家就用这种有趣的读物来表现。这就是我认为的小说。

🇻 Học sinh A: Ban đầu thầy kể câu chuyện về "Người diễn đạt đối với thời đại". Ý nghĩa gì khi thầy dùng cả cụm từ "đối với thời đại" chứ không chỉ mỗi từ "người diễn đạt"?

Thầy sẽ kể một câu truyện mang tính ví dụ nhé, em đã nghe câu truyện "Chim yến Đại Tây Dương ở mỏ than" chưa? Hình như đó là truyện của nước Anh, thời xưa khi còn hay xảy ra các tai nạn nổ khí ga tại mỏ than, những người phu mỏ đào sâu vào đường hầm mỏ đã bỏ con chim yến vào trong lồng và mang đi theo cùng. Có thể truyện cũng hơi nói quá lên nhưng nghe nói khi khí ga phát sinh trong hầm mỏ, chim yến nhạy cảm hơn con người sẽ nhận ra và nhảy quanh lồng. Khi thấy vậy những người phu mỏ sẽ nhận ra rằng "Ôi nguy rồi. Hình như có khí ga. Trốn đi thôi!" và nhanh chóng rời khỏi mỏ.

Có lúc thầy nghĩ người viết tiểu thuyết ở một ý nghĩa nào đó cũng giống như chim yến ở hầm mỏ. Có thể họ không nhận ra nhưng một phần nào họ đã dự cảm về những thứ có trong bối cảnh của thời đại, những chuyển biến trong tương lai gần và phản ánh những điều đó vào trong những gì họ viết.

Cũng có lúc thầy nghe những người ở tòa soạn báo hay nhà xuất bản nói rằng "Muốn nắm bắt được cái mà đại chúng sống trong chính thời đại này thật sự mong muốn và viết ra cuốn sách có thể thể hiện được điều ấy" tuy nhiên thầy thì không có suy nghĩ ấy. Giả sử nếu thật sự có cái gọi là đại chúng thì thầy sẽ đón đầu thứ gì đó trước khi nó hình thành thành ý thức mà họ hoàn toàn không cảm nhận thấy, thứ mà tự họ không nhận ra, thứ mà họ không phát hiện ra dù chỉ là trong vô thức và biểu hiện nó ra dưới dạng câu truyện. Và thầy nghĩ rằng nhà văn chính là người làm cho độc giả có thứ cảm xúc như là "à ra là vậy, thì ra chúng ta thật ra đã nghĩ những điều như vậy"

Kể về những điều mà độc giả hay đại chúng vẫn chưa cảm nhận được, những điều họ chưa có hứng thú gì nhưng là những điều mà bản thân tác giả dự cảm rằng không thể nào không nói, truyền đạt nội dung là "Các vị thực ra đang cảm thấy thế này đúng không? Thời đại ngày nay chính là như thế này đấy" dưới dạng câu truyện có thể đọc được một cách thú vị. Đó chính là tiểu thuyết trong suy nghĩ của thầy.

Lesson 13

E Weeds bloom regardless of whatever adversity they face.
Small, tiny flowers that were finally able to bloom while facing hardship can truly be called a form that is weed-like.
In his essay "The Evolution of Weeds," Dr. Baker, a famed weed researcher, set out the following items that would make "the ideal weed."
"Production of some seed in wide range of environmental conditions."
The ability to bloom and bear fruit regardless of how harsh the conditions. This is one unique attribute held by weeds.
However, one more thing truly makes a weed a weed. Baker sets forth another condition of "the ideal weed" that is completely different.
"Continuous seed production for as long as growing conditions permit."
While they may only leave a few seeds behind in harsh conditions, they will produce a large amount of seeds in good conditions, and "for as long as growing conditions permit." This is why weeds flourish and continuously grow.
Weeds also greatly vary their individual size.
In places where conditions are poor, each one is very small. But when conditions are good, they continue to grow, forming gigantic bodies. Plants that are called weeds are able to match their environment and flexibly change the size of their bodies.
Under different conditions, a plant may grow in a way that makes one doubt it is the same as an identical one.
A weed that creates small flowers as it is stepped on by the roadside is only one facet of that weed. The true value of a weed is its ability to change depending on the environment.
This ability to change is known as "plasticity" (an easily changed nature), and weeds have high plasticity. One distinctive property of a weed is its ability to leave behind as many seeds as possible and grow large if the conditions are good.
Even if the environment is poor, it will grow as large as it can. This ability to change is the secret behind a weed's strength.

C 不管怎样的逆境，杂草都能开花。
困难重重中终于绽放了小小的、小小的花朵。可以说这正是杂草的姿态吧。
著名的杂草学者贝卡在论文《杂草的进化》中，将以下条目作为"理想的杂草"。
"即使在不好的环境下，也能产生几粒种子"。
不管是如何恶劣的条件，一定能开花、结果。这是杂草所具有的特征。但是，杂草之所以为杂草，还有一个特点。贝卡列举了作为"理想的杂草"一个完全不同的条件。
"只要在合适的条件下繁殖，就能长期性地产生种子。"
即使条件艰苦，也能留下少量的种子，如果条件允许，就能产生大量的种子。这就是"只要有繁殖的可能性"。正因为如此，杂草才会茂盛，不断地增加。
此外，杂草还会让自己的个体大幅度变化。
在条件恶劣的地方，个体就很小。但是，条件好的地方就会不断生长，形成巨大的个体。这种被称为杂草的植物，会随着环境的变化而灵活地改变自己个体的大小。
条件不同，杂草会展示不同的繁殖方式，甚至会让人们产生疑问，这是同一种植物吗？
在路边被踩来踩去开着小花的样子，仅仅是杂草的一面。随着环境变化而变化的力量本身，才是杂草的真本领。
这种变化的力量被称为"可塑性"，杂草的可塑性很强。如果条件允许，最大限度地留下种子，大幅度地生长也是杂草的特点。
无论环境好坏，最大限度地生长繁殖，这种变化的力量才是杂草之所以强大的秘密。

V Cỏ dại dù gặp hoàn cảnh khắc nghiệt tới đâu vẫn cứ nở hoa.
Bông hoa bé bỏng nhỏ nhắn cuối cùng cũng nở trong gian khó. Chắc hẳn nó muốn nói đây mới đúng là hình ảnh thực của cỏ dại.
Baker, một học giả nổi tiếng về cỏ dại, trong luận văn "Sự tiến hóa của cỏ dại (The evolution of weeds)" đã đưa ra những điều kiện "cỏ lại lí tưởng" như sau.
"Có thể sinh sản vài chủng loại dù trong môi trường khó khăn".
Dù trong điều kiện khắc nghiệt tới đâu cũng vẫn đơm hoa, kết trái. Đây là một đặc tính của cỏ dại.
Nhưng cỏ dại mới chính là cỏ dại còn một lí do nữa. Baker đưa ra một điều kiện hoàn toàn khác để đủ điều kiện là một "cỏ dại lí tưởng".
"Sản sinh ra giống mới trong thời gian dài, với khả năng tối đa có thể trong điều kiện thuận lợi"

Nghĩa là điều kiện xấu thì chỉ để lại một chút hạt giống nhưng điều kiện tốt thì lại sản sinh ra thật nhiều hạt giống. Đây chính là "khả năng sinh sản tối đa". Chính vì thế mà cỏ dại luôn um tùm và tăng lên không ngừng.
Và cỏ dại còn có thể thay đổi kích thước của cá thể.
Tại những nơi điều kiện xấu thì chúng là những cá thể nhỏ, rất nhỏ. Nhưng ở nơi điều kiện tốt thì chúng không ngừng lớn lên, hình thành cơ thể vĩ đại. Như vậy, thực vật được gọi là cỏ dại có thể làm thay đổi linh hoạt kích thương của cơ thể cho phù hợp với môi trường
Khi điều kiện khác đi chúng có cách tăng trưởng hoàn toàn khác khiến chúng ta ngỡ ngàng không biết có phải cùng một loài hay không.
Những loài cỏ bên vệ đường bị giẫm đạp thì chỉ nở những bông hoa bé nhỏ nhưng đó chỉ là một góc của cỏ dại mà thôi. Chính khả năng biến đổi theo môi trường mới chính là hình ảnh chân thực của cỏ dại.
Khả năng biến đổi này được gọi là "tính khả tố" (tính chất dễ biến hình), và "tính khả tố" của cỏ dại là rất mạnh. Nếu gặp điều kiện tốt, chúng có thể để lại lượng giống nhiều nhất và lớn mạnh, đây mới thực sự là cỏ dại.
Môi trường dù tốt hay xấu thì chúng vẫn đạt được sự tăng trưởng tối đa, chính khả năng biến đổi này là bí mật sức mạnh của cỏ dại.

Lesson ⓮

Ⓔ *Hakidame-giku* is a non-native weed originally from South America.
It was given the name "dump chrysanthemum" from the fact it was first discovered in Japan in a garbage disposal area in Setagaya, Tokyo.
They say that Tomitaro Makino named over 2,500 plants in his lifetime, but this is truly the one he named most lightheartedly.
While *hakidame-giku* grows thick as a weed in fields, it can also be found in the center of metropolises.
It is thought that *hakidame-giku* came to Japan in the early Showa period, but it has spread to every corner of Japan thanks to its lively fertility.
Hakidame-giku was distributed across the entire world from its home in South America over the course of the Age of Discovery from the 15th to early 17th century. It is a cosmopolitan plant that can be found around the world.
This weed is given various names in places around the world.
In Hawaii it is known as Peruvian weed, named after its home. In England it is called Kew weed, titled after the prominent royal botanic gardens that first introduced it. It is also known as gallant soldier in English. With its lively fertility, *hakidame-giku* sprouts many flowers despite its small size, creating seeds and constantly advancing into new ground. This appearance is why it is known as "gallant soldier."
That is how amazing this weed is, but in Japan it is being called "dump chrysanthemum."
Ultimately, it was very unfortunate that it was first found in a dump. Whether you're a plant or a person, first impressions are important.

Ⓒ 垃圾菊是原产于南美的外国杂草。
因为在日本最初发现这种植物的地方是东京・世田谷的垃圾站，所以被命名为"垃圾菊"，这名字取得实在可怜，而命名者正是那位有名的植物学家牧野富太郎博士。
牧野富太郎一生为超过 2500 类植物命名，但垃圾菊的名字是取得多么的随意啊。
原以为垃圾菊在田地中的杂草中生长茂盛，但没想到也会在大城市见到它们。人们认为垃圾菊是昭和初年来到日本的，凭着它那旺盛的繁殖力，如今的日本随处可见。
垃圾菊从原产地的南美，经过了 15 世纪到 17 世纪上半期的大航海时代，广泛分布到世界各地。垃圾菊也成为世界各地都能见到的世界公民。
这种杂草在世界上有着各种各样的名字。
在夏威夷，因原产地的原因，被称为"秘鲁的杂草"。在英国被叫做"裘园植物园的杂草"，冠以最初引进其的王家权威植物园之名。英名中的别名是"勇敢的战士"。垃圾菊的繁殖能力非常强大，虽然个头小，但不断地开花结种，接连进入新的天地。其姿态被人们赞叹为"勇敢的战士"。
可就是这么厉害的杂草，在日本却被叫做"垃圾菊"。
总之，最初发现它的地方是"垃圾"场，垃圾菊确实有些运气不佳。因此，不管是杂草还是人，第一印象都非常重要。

Ⓥ Hoa cúc Hakidamegiku là loài cỏ dại ngoại lai có nguồn gốc từ Nam Phi.
Vì loài hoa này được tìm thấy đầu tiên tại Nhật trong một bãi rác thuộc quận Setagaya Tokyo nên nó được đặt tên là Hakidamegiku (Hoa cúc bị quét sót). Loài hoa bị đặt cho cái tên rất đáng thương, người đặt tên chính là tiến sĩ Makino Tomitarou-nhà thực vật học nổi tiếng ai cũng biết ấy.
Nghe nói tiến si Makino Tomitarou đã đặt tên cho hơn 2500 loài thực vật, cái tên Hakidamegiku thật là một cách đặt tên vô cùng dễ dãi.
Hakidamegiku là loài cỏ dại sinh trưởng nhiều ở đồng ruộng, thế nhưng ta cũng có thể thấy chúng ở giữa đô thị. Người ta cho rằng Hakidamegiku đến Nhật vào những năm Chiêu Hòa đầu tiên, chúng có sức sinh sôi mạnh mẽ nên giờ đây đã sinh trưởng khắp các chốn của Nhật.
Hakidamegiku từ quê hương Nam Phi trong suốt thời đại có nhiều thuyền lớn vượt đại dương trong khoảng từ thế kỉ

thứ 15 đến giữa thế kỉ thứ 17 đã mở rộng phân bổ ra toàn thế giới. Hakidamegiku cũng là một dạng "thuộc toàn thế giới"-một loài có thể bắt gặp được ở khắp nơi trên thế giới

Loài cỏ dại này được đặt rất nhiều tên tại các nước trên thế giới.

Tại Hawaii, chúng được gọi là Cỏ Peruvian (Peruvian weed) phỏng theo tên của nơi chúng xuất sứ. Tại Anh, chúng được gọi là Cỏ dại của vườn thực vật Kew (Kew weed), được lấy tên của vườn thực vật thuộc hoàng gia quyền uy nơi đầu tiên nhập giống cỏ này. Chúng còn có tên tiếng Anh khác là Chiến binh dũng cảm (Gallant soldiers). Hakidamegiku có sức sinh trưởng mạnh, tuy nhỏ nhưng chúng liên tục ra hoa tạo thành hạt giống và liên tục lấn sang các vùng đất mới. Chính vì thế chúng được ví von với "Những chiến binh dũng cảm"

Giống cỏ tuyệt vời như vậy mà ở Nhật lại được coi như một loại rác "quét sót"

Dù sao thật đen đủi cho chúng khi nơi phát hiện ra chúng lại là một đống rác "quét sót". Mới thấy dù là cỏ dại hay con người thì ấn tượng đầu tiên đều vô cùng quan trọng.

Lesson ⑮

Ⓔ Following that, about ten years of days without a dog went by. After a while, I got to be very close to canoeist Tomosuke Noda's dog, Gaku, and ultimately Gaku ended up staying at my home. Gaku first struck me as a dog with shepherd and Japanese dog blood, but he ended up being a common mutt. Still, he was a fairly big and active dog, and for his sake I put a fence around my yard to let him live without a leash.

A little while later, a friend in Hokkaido said he had a puppy "who will become big" that was born, and he asked if I wanted it. A mix of a bearded collie and Afghan hound, the dog quickly grew bigger than Gaku. [...]

Mori, my pet, grew up under his older brother Gaku, and despite his size, he was shameless and seemed to have no realization of himself as a dog. He was hopeless and afraid to go outside. For example, even if I took him for a walk, he would never raise a leg as a glorious male dog would do to urinate, marking his territory on trees and utility poles around us. No matter how much time passed, he could only pee sitting down like a woman, and of all things, once we returned to my yard, he finally felt relieved and slowly urinated on the base of the sakura tree in its center.

He timidly went on walks thanks to his tough, veteran big brother Gaku being there, but when he was alone he only went along with human walks out of obligation, and once he was near home he rushed to pull in the net and escape into the yard. That's how Mori lived.

Even so, I thought it was fine for a dog to be that way too.

There is a Spanish picture book known as The Story of Ferdinand. It's about a kind bull who preferred hunkering down in flowers and enjoying their smell over bull fighting.

What made me think it's fine for some dogs to be kind like that is that on the other hand, you had Noda's Gaku. I frequently saw Noda get requests for travel photography, commercials, and so on, where someone from an ad agency or magazine who always spoke in a somehow insincere way, all of them sharing the scent of someone "in the industry," would come in a car to get Gaku and take him away like some sort of animal actor. They still strike me as sickeningly frivolous, irresponsible "industry" people.

As someone who took care of him, I thought that Gaku the dog didn't want to do any of this, and would have preferred to take it easy in my yard with Mori.

This time in my life when I lived with two dogs at opposite and strange extremes of fate who still got along well in a very dog-like way in my yard was the last time I took care of dogs.

Ⓒ 从那以后，有 10 来年没有跟狗生活在一起了。暂时与皮划艇手野田知佑家的一条叫「ガク」的狗亲近起来，结果就在我家临时照看"Gaku"了。"Gaku"像是牧羊犬和日本犬那种杂交犬。不过它是条个头比较大又好动的狗，为了"Gaku"，在院子的四周圈上铁丝网，不栓链子就开始在我家生活了。

后来过不多久，北海道的朋友说有一条大狗生了一条小狗仔，问我要不要。这是条大牡羊犬与阿富汗猎犬的杂交，一转眼就长得比"Gaku"还大。

（中略）

在哥哥"Gaku"面前，我养的狗"Mori-chan"是一条除了外表是条狗外，根本没有一点狗的感觉的狗。它非常怕出去，。即使出去散步，它也不能像那些勇猛的公犬抬起一只腿在树上或电线杆上撒尿作记号。它总是蹲着撒尿，可是，当它一回到自家院子时，这才松了一口气，在院子正中间的樱花树的树根下慢慢地撒尿。

"Gaku"是一条百战磨练勇猛的狗，因为有这样一个哥哥，所以一起散步时，"Mori-chan"只是惊惊颤颤地跟在后面。可是单独散步时，却跟随这人的步伐非常配合，只是快到家时，才蹭蹭地拽着绳子往家里的院子跑。这是 Mori-chan 的生活方式。

不过我觉得这样的狗也不错。

有一本叫『喜欢花儿的牛』的图画书。是西班牙的，讲述的是比起斗牛更喜欢钻到花儿里，呆在花香里的一头性情温顺的牛的故事。

即使是狗，性情温顺也是挺好的。而野田的"Gaku"，一到有邀请野田拍旅行照或做电视广告时，常常看到广告公司或杂志社的那些说话很轻浮，让人感到有种"业界人"共同气味的人开车来迎接动物偶像的情景。现在想起来也让人感到恶心，真是一帮轻浮愚蠢的家伙。

"Gaku"并不希望那样，它希望在我家院子跟"Mori-chan"一起悠闲地生活吧，照看它的我是这么想的。

尽管在这种不可思议的命运的两级分化下，还是在我家院子里与两条和睦相处的狗生活在一起，那是我最后养的狗。

Ⓥ Kể từ đó tôi sống những ngày không có chó khoảng 10 năm. Một thời gian sau tôi trở nên cực kì thân thiết với chú chó tên Gaku của vận động viên đua thuyền Cano Noda Tomosuke, kết quả là ông ấy đã gửi Gaku ở nhà tôi. Gaku cho ta cảm giác nó mang dòng máu lai giữa chó chăn cừu và chó Nhật, vốn nó là chó tạp chủng giữa các giống ấy. Tuy nhiên, nó khá to, rất hiếu động, tôi xây hàng rào quanh vườn cho Gaku, để nó có thể sống cùng tôi mà không cần xích. Một thời gian sau đó, một người bạn ở Hokkaido hỏi tôi rằng cho con của "giống chó sẽ trở lên to tướng" đã ra đời, cậu có muốn nuôi không. Đó là chú chó lai giữa chó chăn cừu râu dài và chó săn Afghan, nó nhanh chóng lớn lên to hơn cả Gaku.

(Lược bỏ đoạn giữa)

Mori – chú chó tôi nuôi dưới sự bảo bọc của chó đàn anh Gaku, là chú chó rất chán đời vì nó không tự nhận thức được rằng mình là chó mặc dù cơ thể nó to tướng. Nó dường như rất sợ phải đi ra ngoài. Ví dụ tôi có dẫn nó đi dạo thì nó cũng không thể gác một chân lên mấy cái cây hay cột điện ở đâu đó để tè đánh dấu quyền lực như một con chó đực kiêu hùng. Nó mãi mãi chỉ có thể tiểu tiện theo kiểu ngồi của giới nữ, lại còn không thể tin nổi thế này nữa, mỗi lần về đến vườn nhà tôi nó lại tè thật chậm rãi vào gốc cây anh đào ở giữa vườn như thể cuối cùng nó đã được thở phào nhẹ nhõm.

Vì có đại ca Gaku dũng mãnh dày dặn kinh nghiệm chiến trận ở bên nên dù không thích Mori vẫn rón rén đi dạo, tuy vậy khi chỉ có một mình thì nó đi dạo cùng con người như nghĩa vụ, về gần đến nhà là nhanh chóng kéo dây thừng để trốn vào vườn, đấy là cách sống của con Mori.

Thế nhưng tôi nghĩ một chú chó như thế cũng không tồi.

Có một cuốn sách tranh tên là "Chú bò yêu hoa". Đó là một câu truyện của Tây Ba Nha. Một câu truyện về chú bò có tâm hồn dịu dàng không thích đấu bò mà chỉ thích vùi mình dưới đám hoa, muốn được bao quanh bởi toàn hương hoa.

Tôi hay chứng kiến mỗi lần anh Noda có lời mời chụp ảnh du lịch hay đóng quảng cáo, một vài người từ công ty quảng cáo hay của tạp chí – những người luôn tỏa ra các mùi của "giới showbiz" với đặc điểm chung là luôn nói những lời sáo rỗng, mang ô tô đến và Gaku bị bắt đi kèm theo mấy câu như "Nhờ chú nhé chú chó nghệ sĩ". Đó là nguyên nhân khiến tôi có suy nghĩ rằng thi thoảng có một vài chú chó dịu dàng như chú bò nói trên cũng không tồi. Đến giờ nghĩ lại tôi vẫn thấy mấy gã "trong giới showbiz" đó rất sáo rỗng nhố nhăng đến phát bực.

Là người nhận trông Gaku, tôi nghĩ nó chắc chắn không thích bị dẫn đi những nơi như thế, nó thích được tha thẩn chơi với em chó Mori trong vườn nhà tôi hơn.

Thời gian sống với hai chú chó có số phận kì lạ trái ngược hẳn nhau tuy vậy khá là thân thiết với nhau xét theo kiểu của chó trong vườn nhà mình ấy đối với tôi là lần cuối cùng tôi tự thân nuôi chó.

Lesson ⑯

Ⓔ Reading is a kind of skill. There are rules to all general skills, and these are essential to know. Many things have been written since ancient times about how to read. However, skills are about more than just the simple application of common theory. Common theory must be subjectivized when it comes to skill, and to subjectivize is to personalize. This is what it means to learn a skill for oneself, and a skill that is not possessed cannot be called a skill at all. The fact that habit is important when it comes to reading also means that reading is a skill. One learns a skill for oneself when it becomes a habit, and skills that are not habitualized cannot be said to possess the meaning of a skill. This does not mean that no general rules exist when it comes to reading to begin with, as if no general rules existed, it could not be a skill.

The fact that the subjectivization of general rules is required means that manual skills are already far greater than the skills of industrial production. Especially when it comes to the likes of mental skills such as reading, the personalization of general rules to each individual's character becomes necessary in various ways. One could even say that there is no skill of reading without individual character. Methods of reading are personalized for each individual. As such, what is most important of all is for each individual to invent a reading method that suits themselves. One must be inventive in their own way when it comes to reading skills. There are of course general rules at the foundation of invention in this case as well. However, those who are not successful in inventing their own methods of reading suited to their own character will surely be unable to read at length, enjoyably, or beneficially.

Ⓒ 读书是一种技术。所有的技术都有一半的规则，知道这点是很重要的。但是，技术并不仅仅是一般的理论的应用。在技术中，一般理论必须主体化，主体化即是被个别化。这就是说掌握那个技术，没掌握的技术不能说是技术。对于读书来说，习惯很重要，这一点也意味着读书是技术。技术是通过习惯性来掌握的，没有形成习惯性的技术是没有技术意义的吧。这并不意味着对于读书来说不存在一般规则，如果不存在任何一般的规则，那不应该是技术。

在要求一般规则的主体化这方面，手工业的技术已经比工厂生产的技术大很多吧。特别是像读书这样的精神上的技术，一般规则必须随每个人的性格进行个别化，甚至可以说，如果脱离了每个人的性格就没有读书的技术了。读书法是根据人的性格而不同的。因此，对于每个人而言，最重要的是发明适合自己的读书方法。在读书的技术中，每个人都必须有发明创造性。当然，在这种情况下，也有基于发明基础的一般性规则。然而，那些没有成功发明适合自己气质的读书法的人们，将无法长时间愉快和有益地读书了吧。

Ⓥ Đọc sách là một loại kĩ thuật. Tất cả các kĩ thuật đều có quy luật chung, nắm được quy luật đó rất quan trọng. Người ta viết rất nhiều về phương pháp đọc sách xưa nay. Tuy nhiên, kĩ thuật không đơn thuần chỉ là ứng dụng của lý luận thông thường. Về kĩ thuật, lý luận thông thường phải được chủ thể hóa, chủ thể hóa có nghĩa là cá nhân hóa. Đó chính là việc nắm được kĩ thuật ấy, kĩ thuật mà không vận được vào thân thì không thể thực thi được. Việc tạo thói quen rất quan trọng trong đọc sách cũng cho thấy đọc sách là một loại kĩ thuật. Ki thuật là thứ sẽ thấm vào thân nhờ thực hiện chúng như thói quen, kĩ thuật mà không trở thành thói quen thì có lẽ không mang ý nghĩa của kĩ thuật. Việc ấy không có nghĩa rằng trong việc đọc sách vốn không tồn tại quy luật chung, nếu cho rằng không tồn tại bất cứ một quy luật chung nào thì.

Về điểm yêu cầu phải chủ thể hóa quy luật chung, kĩ thuật mang tính công nghiệp thủ công có thứ lớn hơn hẳn so với kĩ thuật mang tính công nghiệp.

Lesson ⑰

Ⓔ Kappabashi is a town of pros. What kind of pro? Restaurant pros. Or perhaps it would be better to call them eateries. Whether you're an iron chef, wood chef, or lead chef, opening an eatery means you'll need bowls, plates, chopsticks, tables, pans, pots, knives, and just lots of tools in general. This town sells all of those.
I myself am not a pro, but I did want to buy something if the opportunity presented itself. While I can't buy a hundred plates at once as a pro might, maybe one or two... I tried going into a nearby shop and found lots of kinds of signs. Open, Preparing, Closed for the Day, Reserved Seat, No Smoking, and many more. Humans are able to take in and read words without much thought, so I found myself confused. Looking at the "Preparing" sign made me think, "Oh, so I can't go in yet," and when I saw the "Reserved Seat" sign, I involuntarily felt like avoiding the area.
The sample stores are the silliest of all. The store is nothing but ramen, curry rice, cut open horse mackerel, stir-fried vegetables, and shrimp tempura, making it feel somehow hard to breathe, but they're all artificial samples. I felt like buying a ramen. The perfect purchase.
But I found myself struggling with a question I asked myself. What are you going to do once you buy this? So when I found a small miniature ramen the size of a sake cup, I leaped on it. When I took this miniature ramen with soup about to overflow into my hand, I found it was a brooch. They say they make them because they sell to foreigners. As the store clerk opened a drawer, I was dumbstruck when I found it full of miniature yakitori, takoyaki, rice balls, and ice cream.

Ⓒ 合羽桥是一个"专门"街。如果问起是什么专门街，回答是"饮食专门街"。或许说是饮食街更确切吧。不管是铁人、木人还是铅人，开餐馆就一定需要碟子碗筷、桌子还有锅、刀什么的。这些东西在这条街上都有卖。
我不是开店的，有时也想买点儿什么。不能像开店的那样买上百个碟子，但一两个还是可以的。总之走进一家最近的店，这里有很多挂牌。有营业中、准备中、今日休息、预约座位、禁烟等各种挂牌。人们知道这些文字的意思，所以当看到「　　中」时，就会有"啊！现在还不行"的大脑条件反应。当看到「予　席」时，就会不由自主地离开那里。
（中略）
不过，买了后怎么办？我不由得自问自答，忍了一会儿，奔向像小酒盅大小的微小拉面那里。里面的汤好像要流出似的，拿在手里一看，是胸花。因为很受外国人欢迎，所以被制成胸花。打开抽屉一看，里面有烤鸡肉串、章鱼小丸子、饭团、冰激凌等超小样品摆得满满的，让人惊叹无语。

Ⓥ Kappabashi là một con phố của các chuyên gia. Chuyên gia về cái gì ư? Chuyên về các quán ăn. Gọi là các quán ăn bình dân thì chính xác hơn. Dù là người thép* hay người gỗ hay người chì. Một khi đã mở hàng ăn thì cần có bát, cần đĩa, cần đũa, cần bàn, rồi nồi, gang, dao, nói chung cần rất nhiều dụng cụ. Tất cả những thứ ấy đều được bán ở phố này.
Tôi thì không phải đầu bếp chuyên nghiệp nhưng nếu được thì tôi muốn mua cái gì đó. Tuy không thể mua cả trăm chiếc đĩa như đầu bếp chuyên nghiệp nhưng nếu là một, hai cái thì…Cứ thử bước vào một cửa hàng gần nhất ta sẽ thấy có rất nhiều loại biển. Nào là biển "Đang mở cửa""Đang chuẩn bị""Hôm nay cửa hàng nghỉ""Bàn đặt trước""Cấm hút thuốc" nói chung rất nhiều loại. Con người chúng ta đọc được các loại chữ viết ngổn ngang ấy nên đầu óc sẽ bị hỗn loạn. Nhìn cái biển "Đang chuẩn bị" ta sẽ nghĩ là "À, chưa mở cửa à", nhìn thấy biển "Bàn đặt trước" ta tự nhiên bất giác có ý muốn tránh chỗ ấy.
(Lược bỏ một đoạn)
Cửa hàng bán mẫu mô phỏng món ăn là kì quặc nhất. Có mì, có cơm cà ri, có cá sòng khô, rau xào, tôm tẩm bột rán, toàn bộ bên trong cửa hàng là những thứ ấy nên tự nhiên ta thấy ngột ngạt, nhưng tất cả đều là hàng mẫu mô phỏng. Tự nhiên tôi muốn mua mì. Thật tuyệt vời để mua sắm.
Thế nhưng mua xong rồi về làm gì? – Tôi tự hỏi mìn rồi nén lòng không mua, nhưng lại vồ ngay vào mẫu mì tí hon nhỏ bằng cái chén hạt mít. Mì tí hon có nước dùng sắp trào ra kia khi cầm lên tay thì lại hóa ra là cái cài áo. Cửa hàng bảo họ làm chúng vì khách nước ngoài hay mua. Mở ngăn kéo ra tôi há hốc mồm ngạc nhiên khi thấy kín đặc nào là xiên gà nướng, bạch tuộc bọc bột nướng, cơm nắm, kem với kích cỡ tí hon.

Lesson ⑱

Ⓔ I was going for a walk today, so I thought I would just walk as I looked at the Tokyo Tower from the surrounding area, but once I was there, I of course felt like climbing to the top. I could call it an aerial walk.
With the recent boom in skyscrapers, views from high places aren't rare, but as you might expect from the long-standing Tokyo Tower, its observation hall is commanding. The "Look-down window" area is particularly

amazing, where the floor is glass, allowing you to see the ground far below you. This is something only a steel tower can have, and despite knowing it was okay to walk on top of it, I started to feel uneasy the moment I placed a foot on it. What an incredible feeling. My feelings of thinking I know everything in a computer-like, virtual way were instantly wiped away.

Ⓒ 今天只是想在东京塔周围转转，可是既然来了，还是想登上去看看，就算是空中散步吧。
最近因为高层建筑为主流，所以从高处展望并不稀罕。可是东京塔因为历史长，它的展望馆非常大气。特别地板是玻璃的可以看到地面的「向下看的窗口」那部分。这是铁塔，知道走在上面也是不要紧的，可是把脚放上去那一瞬间还是令人毛孔悚然。这种感觉很难形容，就好像是电脑的模拟体验，本以为什么都答上来了，却一瞬间消失了的感觉。

Ⓥ Hôm nay tôi định đi dạo thì chỉ đi bộ rồi ngắm tháp từ xa thôi nhưng một khi đã đến rồi thì lại muốn được leo lên trên tháp. Tôi coi đây là việc đi dạo trong không gian vậy.
　Dạo gần đây có xu hướng tháp cao tầng nên ngắm cảnh trên cao không còn hiếm nữa nhưng tháp Tokyo là nơi nổi tiếng lâu năm nên đài ngắm cảnh cũng rất ấn tượng. Đặc biệt hay nhất là phần sàn lắp kính có tên gọi "Lookdown window" có thể nhìn thấy mặt đất xa phía dưới. Đây là thứ chỉ có tháp cốt thép mới làm được nên dù biết an toàn khi bước chân trên đó nhưng vẫn thấy xốn xang khi vừa đặt chân lên. Cái cảm giác này mới thật kì diệu!. Cảm giác biết tất cả trong thế giới ảo máy tính biến mất bay.

Lesson ⑲

Ⓔ I wonder if there has ever been a time when it was harder to see the environment around children and parenting as compared to now. I also fear that in the future, we will only see the birth of more complicated and more diverse problems.

For example, take relationships with friends. It goes without saying that as a child is raised, their interactions with friends and the power of friends is precious. That is why many parents hope for their children to make good friends, and why they concern themselves with what kinds of friends they make, as well as why they worry greatly when they see their children in distress over their relationships with friends.

A parent will inadvertently feel sorry for their child if told something like, "All my friends have game systems," and they will be moved to buy one next Christmas. Not to mention that if a child's friends all start getting smartphones, their parents will surely feel, "I wonder if our child needs one too."

In fact, children do say things like, "Friends on my team use their own personal computers," or "I can't socialize with friends if I don't have a smartphone," or "I'll be behind on information if I don't use the Internet." From a parent's perspective, they will buy their child the latest smartphone out of parental love and kindness, so that they will get along well with friends and become adjusted to an information-oriented society.

So, what happens after that? Children can indeed maintain their relationships with friends through smartphones given to them by their parents. Many ways of communicating truly will be possible, whether they exchange text messages, communicate their current situation through emoji, download the same music, or use free communications apps to have long phone calls.

But on the other hand, parents will have a harder time seeing the world their children live in. Who are they exchanging text messages with, what do they say, why won't they ever let go of their smartphones, unknown names in address books, leaving to "go meet their friends," but not saying where they're going... Such things that parents "can't understand" will only increase.

In addition, not everything is always positive when it comes to relations with friends via smartphones. While they'll be connected with their friends no matter the time or place, whether they're supposed to be working on homework, it's the middle of the night, or they're out of the house, but this can also act as a kind of pressure where they must constantly be conscious of their friends.

Ⓒ 我想没有像现在这样人们为生儿育女的环境而感到不安的时代了吧。今后会不会有更复杂、更多样的问题发生，让人有种危惧感。
比如关于"与朋友的关系"，孩子在成长中与朋友的交往及朋友的力量当然是非常重要的。所以很多家长都希望孩子能交到好朋友，又担心孩子会交上什么样的朋友，看到孩子因和朋友的关系而烦恼会感到非常担心。
如果孩子说"朋友们都有游戏机"等，家长就会觉得孩子可怜，会有下次圣诞节时给孩子买的念头。如果孩子的朋友一个一个地都有了智能手机的话，家长会觉得"我家孩子也需要吧"。
现在的孩子常常对家长说，像"同班的朋友有自己专用的电脑"啦、"没有智能手机没法跟朋友交往"啦、"不上网就会错过各种信息"啦等等。作为家长，为了让孩子交友顺利，适应网络社会，会给孩子买最新的智能手机。真是可怜天下父母心啊！
那么之后会怎样呢？孩子通过父母给他们买的智能手机确实跟朋友保持着关系，互相发短信，用表情文字互相传达自己现在的状况，下载同样的音乐，利用免费应用软件打很长时间的电话等，确实得到了很多交流。
而另一方面，父母却很难了解孩子的世界。他们跟谁交换短信、内容是什么、为什么总是手机不离手、联系人目录上登着不认识人的名字、说出去"见朋友"却不告诉去哪儿……像这样父母"不知道"的事情在不断增加。
还有通过智能手机维持的朋友关系不一定都是好事。无论是在做作业时还是大半夜，或者是外出时，何时何地都能联系上。因此会有"必须要不断地意识到朋友的存在"的这种压力。

Ⓥ Tôi nghĩ chưa có thời đại nào mà môi trường bao quanh trẻ em và việc nuôi dạy trẻ lại khó hiểu như thế này. Và tôi lo lắng rằng có thể từ này về sau nó lại càng phức tạp hơn và nảy sinh nhiều vấn để đa dạng hơn.

Chẳng hạn về "mối quan hệ với bạn bè". Khi nuôi dạy trẻ thì chẳng cần nói ra cũng biết được tầm quan trọng của việc giao lưu với bạn bè hay sức mạnh của bạn bè. Vì thế nhiều cha mẹ mong muốn con mình có bạn tốt, quan tâm xem con mình chơi với bạn như thế nào, vô cùng lo lắng khi thấy con có khúc mắc trong mối quan hệ với bạn.

Khi con mình về nói rằng "Bạn con ai cũng có máy chơi game" thì cha mẹ lại thấy tội nghiệp, giao động nên thôi thì lễ giáng sinh mua cho con vậy. Rồi khi bạn của con hết người ngày đến người kia có điện thoại thông minh thì cha mẹ chắc cũng lại cảm thấy "Có lẽ con mình cũng cần!"

Thực tế bọn trẻ con thường nói "Bạn cùng nhóm với con có máy tính của riêng mình", "Không có điện thoại thì không chơi được với bạn", hay "Không dùng mạng thì sao theo kịp thông tin". Và cha mẹ sẽ mua cho chúng điện thoại mới nhất với tình cảm của người cha người mẹ mong con mình có được mối quan hệ tốt với bạn. thích ứng được với xã hội mạng.

Vậy thì sau đó sẽ thế nào? Nhờ điện thoại được cha mẹ mua cho, bọn trẻ duy trì được "mối quan hệ với bạn bè". Và thực tế có thể giao tiếp khá nhiều như trao đổi mail với nhau, dùng icon để thể hiện tình trạng hiện tại, tải những bài hát giống nhau, nấu cháo điện thoại bằng những ứng dụng gọi điện không mất tiền.

Nhưng bên cạnh đó, cha mẹ sẽ không còn nhìn thấy thế giới của con nữa. Chúng trao đổi mail với ai, nội dung như thế nào, vì sao không thể rời tay khỏi chiếc điện thoại, trong sổ liên lạc có những cái tên chưa từng nghe, chúng đi chơi chỉ nói "gặp bạn" chứ không nói sẽ đi đến chỗ nào. Cứ thế, điều cha mẹ "không biết" cứ thế tăng dần lên.

Thêm vào đó, điện thoại không phải lúc nào cũng chỉ mang lại điều tốt trong mối quan hệ bạn bè. Dù đang giờ học bài, giữa đêm khuya hay đang đi ra ngoài, ở đâu lúc nào cũng có thể kết nối với bạn nhưng mặt khác cũng có thể thành áp lực vì "luôn luôn phải để ý tới bạn".

Lesson 20

Ⓔ Nagamasa thought.

This was spurred by an idea. *This is an item my father, said to be the smartest man in Japan, gave to me as a keepsake. It must have some sort of deep meaning. Josui set his eyes on Nagamasa. Eventually, he spoke.*

"You are thinking again, my son."

"Yes. I am looking for a meaning in order to figure out your intent, Father."

"Stop it."

"Huh?"

"There is no meaning to those clogs and sandals."

"What?"

Josui explained to a surprised Nagamasa.

The habit of seeking meaning out of meaningless clogs and sandals is something you learned from your Iken-kai.

I recognize the effort you put into having many people give their own opinions. However, as you listen to these opinions, there are some useful things within them and some things that are not useful. There is even false information. It is the role of the individual leading the gathering to discern what everything is. You are not fulfilling that role. You are simply trying to get everyone to speak equally. This will only eat up time.

[...]

The way you now manage your Iken, you prepare nothing before you leave home, and you try to gain something from inside of it. You are being negligent as a top member. Top members must act as top members, expecting all possible situations and possessing solutions to such cases. When your decisiveness dulls, take out these clogs and sandals and think of what your father told you as he was on the brink of death.

Nagamasa was moved. Never again did he say,

"Let us follow his opinion."

In other words, he worked hard to hold tight to his inherent authority to make decisions as a top member and never let it go.

After teaching this lesson to Nagamasa, Josui soon dies. Through the failure in the case regarding the changing of Hakata's name, he had learned in his own way how strong and how frightening the people can be.

[...]

Thinking about it now, he had many memories that would feel like an emotional wet blanket. But Josui made sure never to show simple reflection, regret, and self-hatred.

"Spending time on such things after retirement would mean my retirement was in vain. At the very least, it would not be like me to do so," he thought. That is when he summoned up all of his strength at the end of his time in retirement in order to support his son Nagamasa.

Ⓒ 长政在想。
（被誉为是日本最聪明的父亲送给他的临终礼物可能有着很深的含义吧）
可能如水看出长政的心思，所以一直凝视着长政，终于开口说。
"儿子！你还在想它啊！"

"是的，我在探索父亲的意图。"

"别瞎想了！"

"唉？"

"那个木屐和草鞋没有任何意义。"

"唉？"

看着吃惊的长政，如水补充说。

・对没有任何意义的草鞋和木屐非要追问出个意思来，这个毛病是你从"异见会"养成的。

・让大家说出各自的意见的努力应该肯定。可是，你听的意见中，有有用的也有没用的，甚至还有反面的不真实的意见。能看穿它才是持会人的角色，你没有起到这个角色的作用，而是无论谁都让他们平等地发言。这就是浪费时间。

（中略）

・现在你运营的那个"异见会"，你没有任何准备，只是去出席，想从"异见会"中得到什么，这是领导的怠慢。领导就得像个领导，要预测可能出现的各种情况，然后拿出解决其问题的方案。当你的决断力迟钝的时候，就拿出这个草鞋和木屐，想起父亲生前对你说过的话。

长政非常感动，他从此以后再不说像"就听从他的意见吧"这样的话了。这就是领导所固有的决定权应该紧紧把握。

如水教训长政后不久就离世了。他也是从博多地名更改事件的失败中明白了"民众力量的强大与恐惧"

（中略）

现在想想人生中让人惊醒的事情太多了。可是如水并没有只是以反省、悔恨及自我否定来终结，他认为"隐居后，为那些事而浪费时间的话就失去了隐居的意义。至少这不像我的风格。"因此他为了培养树立他儿子长政，将他最后所隐藏的力量全都发挥了出来。

Ⅴ Nagamasa nghĩ

(Đây là vật mà cha ta – người được xem là người đàn ông thông minh nhất Nhật Bản- đã để lại cho ta như một di vật. Chắc hẳn nó phải có ý nghĩa sâu xa nào đó)

Anh ta đã nghĩ như vậy. Jyosui nhìn đăm đăm đứa con ấy của mình. Rồi ông nói.

"Con trai, con lại nghĩ ngợi rồi"

"Vâng. Con đang tìm kiếm ý nghĩa để hiểu ý định của cha là gì"

"Dừng đi con"

"Vâng ạ"

"Guốc và dép cỏ này chẳng có ý nghĩa gì cả"

"Ơ sao ạ?"

Jyosui giải thích cho Nagamasa đang rất ngạc nhiên

- Cái thói quen tìm hiểu ý nghĩa của đôi dép cỏ hay đôi guốc vô nghĩa đã ngấm vào con từ Hội trao đổi ý kiến tự do rồi.

- Cha công nhận sự cố gắng của con khi khuyến khích nhiều người nói lên ý kiến riêng. Tuy nhiên khi nghe con sẽ thấy trong số đó có ý kiến có ích có ý kiến không có ích. Có cả những thông tin sai nữa. Việc nhìn thấy những điều đó chính là nhiệm vụ của người thống nhất hội. Con chưa làm tốt được vai trò đó. Con chỉ cố để mọi người được nói lên ý kiến bình đẳng. Việc ấy chỉ lãng phí thời gian thôi.

(Lược bỏ đoạn giữa)

- Việc điều hành Hội trao đổi ý kiến tự do của con giờ đây theo kiểu đi dự mà không chuẩn bị gì, định thu được cái gì đó từ hội. Đó chính là sự lười biếng của người cầm đầu. Người cầm đầu phải làm đúng vai trò của người cầm đầu, phải tưởng tượng ra tất cả các tình huống và đưa ra các giải pháp đối với các tình huống đó. Khi khả năng quyết đoán của con bị trì trệ con hãy lôi đôi dép cỏ và đôi guốc này ra rồi nhớ lại cha đã nói gì lúc cha hấp hối.

Nagamasa cảm động. Từ đó anh ta không bao giờ nói "Hãy tuân theo ý kiến của tôi" nữa. Có nghĩa là anh ta đã cố gắng không rời quyền phán quyết (quyền quyết đoán) chỉ người cầm đầu mới có.

Sau khi dạy bảo Nagamasa như vậy, Jyosui qua đời. Bản thân ông cũng đã từ thất bại của Vụ thay đổi tên địa danh ở Hakata mà biết được "sức mạnh và sự đáng sợ của sức dân"

(Lược bỏ đoạn giữa)

Giờ nghĩ lại có nhiều việc thật đáng làm nhụt chí. Tuy nhiên, Jyossui không chỉ đơn thuần dừng lại ở việc kiểm điểm, tiếc nuối và chán ghét chính mình.

Ông cho rằng "Sau khi về ở ẩn mà chỉ dành thời gian cho việc đó thì chẳng đáng để lui về ở ẩn. Ít ra thì đó không phải là phong cách của ta". Chính vì thế ông đã dốc nốt sức quy ẩn cuối cùng của mình để vực dậy con trai Nagamassa.

ふくしゅうのこたえ　Review Answers／复习答案／Đáp án bài ôn tập　§2 (Lesson 11-20)

Ⅰ　❶ c　❷ a　❸ e　❹ b　❺ d　❻ f

Ⅱ　❶ c　❷ a　❸ a　❹ d　❺ c

Ⅲ　❶ d　❷ b　❸ e　❹ a　❺ f　❻ c

Lesson

21 友達
（ともだち）
Friends ／朋友／ Bạn bè

　　帰りに彼は買い物がてらバイクを押して、私のアパートの前まで送ってくれた。
「せっちゃん、どうして一人暮らしなの？　となりの駅に実家があるのに？」
　　彼は言った。
　　星がきれいな夜で、氷のように月がとがっていた。空から切り抜かれたように白く見えた。
「お母さんが趣味でお料理教室をはじめてしまったら、家に人の出入りが多くなって、私の部屋がなくなってしまったの。まあここは単なる個室って感じよ。しょっちゅう帰るし。ご飯食べて、寝に帰ってくることが多い。店の手伝いにもよく行くし。」
「なんかいいなあ、流れに乗っている感じで。僕は今、はぐれているからなあ。」
「家族との距離感はやっぱり気をつかうけれど。だって、気をつけないと何もかもつつぬけになって、大人としての自分の時間がなくなってしまうから。だから、わざと一人暮らしをしたり、ひとりで旅に出たりするようにしているの。」
「やっぱりそうか。僕もそういうのに疲れたのかもな。親の旅行、親の買い物のために車を出す、親戚のために引越しを手伝う……そういうのが当然の人生になりすぎるのが目に見えてたからね。いやなわけではないし、職人にはなりたくないわけではないんだけど。」
「まだ時間がたくさんあるし、お金ためて就職か留学でもしてみたら？　特に男の子はそんなふうにいい子で暮らしてると、無理が出るし、人間がせせこましくなるよ。」
「そうなんだよ。親にとっては赤ん坊を育てることの延長線上に僕がそのままいるけど、僕には僕の人生があるからなあ。」
「送ってくれてありがとう。」
「今日はごちそうさま。お金も払わずにごめん。」
「気にしないで、ロールケーキおいしかったわ。」
　　彼は手を振ってバイクで帰っていった。高そうな原付＊だけれど、古くなっていてよく手入れされていた。どうやっても実家がお金持ちっていうのは、透けて見えるんだよなあ、と私は思った。

　　そういう恩恵をさりげなく受けながら家を出るだとかお金をためるというの
は至難の業で、彼の様子や気持ちが暗澹としてくるのもわから**なくはない**な、と。
　　そしてその夜はあまりにもいつも通りで何もなく、自分の気持ちも全然波立
たなかったので「これは恋愛にはならないな、友達だ」と私は自分の中できっ
ちりと配分してしまった。

（「幽霊の家」『デッドエンドの思い出』よしもとばなな　文藝春秋より）

＊原付：原動機付き自転車。広い意味で、バイクの一種。

Vocabulary

□ 透けて見える：（本来は何かにおおわれて見えな
　いものだが）そうであることがわかってしまう。

□ 至難の業：非常に難しいこと。

□ 暗澹：見通しが立たず、希望が持てない様子。

□ はぐれる：一緒にいた人や仲間を見失って離れた
　状態になる。

□ せせこましい：小さいことを気にしたり落ち着
　きがなかったり、考えや態度に余裕がない様子。

□ さりげない：そのように感じさせない。そのよ
　うな様子に見えない。

🔑 〜がてら

動作を表す名詞やマス動詞について、「AがてらB」の形で「主な目的（B）を実行すること
が（A）を伴う」ことを表す。

> **EX1** 運動**がてら**、歩いて通勤しています。
>
> **EX2** ドライブ**がてら**、近くの海を見に行った。

🔑 〜なくはない／〜ないでもない

可能性やレベルは高くないが、そのようなことが成り立つということを表す。

> **EX1** 日本に来て１年たつので、日本語は話せ**なくはない**。
>
> **EX2** 悪い会社ではないが、転職を考え**ないでもない**。

CHECK

Q1　「そういうの」とは、どんなことですか。

Q2　この日「私」はなぜ、「彼」とは恋愛関係にならないと思ったのですか。

Lesson
22 お受験
（じゅけん）
Entrance Examinations ／入学考试／ Thi cử

　最近、姉家族と一緒に旅行し、久しぶりに甥の成長ぶりを見ることができた。ついこの間生まれたばかりだと思っていたのに、来年は小学校入学だという。そして、今は私立の小学校に入学するための受験勉強中で、6歳にして模擬試験も受けているという。

　皆で夕食をした時のことだった。姉と甥が楽しそうに会話をしていると思いきや、なんと、旅館の料理に出てきた魚や貝類の名前を声に出して、一つ一つ確認しているではないか。いったい何をしているのかと尋ねたところ、こういった魚や貝類の名前が入学試験に出るのだと言う。姉は、息子に物の名前を覚えさせるいい機会なので、食事をしながら受験勉強をしているというのだ。息子のほうもいやがらずに、素直にいろいろな言葉を覚えている。しかし、旅館の料理に出てくる魚はタイ、貝類はアワビ、サザエ、ホタテなどだ。こんな普通の家庭の日常的な食事の材料に使われそうもないものが試験に出るわけがない、こんな高級食材は出ないでしょうと言ったところ、姉は、過去の問題にサザエが出ていると言う。

　食事も終わりに近づいたころ、私は甥にちょっと試験をしてみた。貝殻やエビの頭を見せて「これはなに？」と聞いたところ、サザエとホタテ、エビは即答できたが、アワビはちょっと考え、母親の助けを借りて答えることができた。私はよく覚えたとほめたものの、なにかすっきりしないものが残った。

　試験の方法は、以前は絵を使っていたが、今は実物が受験生一人一人に配られ、その名前を口頭で答えるらしい。だから、140名ぐらいの受験生全員に試験問題として配れるようなものとは何なのかと、姉は思案していた。「ブドウ」、「ミカン」、「サクランボ」など、皆で笑いながら名前をあげていった。

　姉の話では、甥は模擬試験で「メロン」が出たが、教えていなかったのに答えられたそうだ。きっと、家で食べたことがあったのだろう。そして、ごく自然にメロンという物体の名前を覚えたのであろう。しかし、エビはまだしも、サザエやホタテ、アワビは、日常生活で目に入る物としてその名前を認識する機会があるだろうか。海岸にいる生物の知識を問うとしたら、小学校の入学試

験では難しい。子どもの知識を問うているのではなく、試験にかこつけて、家
庭の生活レベルを調べているのではないかとさえ思ってしまった。

*1　アワビ：abalone／鲍鱼／bào ngư

*2　サザエ：turban shell／头巾壳／vỏ turban

*3　ホタテ：Scallop／扇贝／sò điệp

Vocabulary

☐ 模擬試験：practice exam ／模拟测试／thi thử
　※短く「模試」ということも多い。

☐ 貝殻：shell ／壳／vỏ sò

☐ 即答（する）：すぐに答える。

☐ 口頭：書くのではなく、口で述べること。

☐ 思案（する）：あれこれ考えること。

☐ 物体：object ／对象／vật thể

☐ ～はまだしも：～はまだいいとして。～は大きな問題ではないが、一方で。

🔑 ～（か）と思いきや

「～だと思ったが、違った」という意味を表す。これに続いて「話し手にとって予想外なこと」を述べることが多い。

> **EX1** 娘は勉強しているかと思いきや、漫画を読んでいた。
> **EX2** 父は結婚に反対するかと思いきや、彼を歓迎してくれた。

🔑 ～にかこつけて

「AにかこつけてB」の形で、「Aを理由にして」という意味を表し、本来の目的でないBをすることを述べる。

> **EX1** 出張にかこつけて、京都の町を楽しんだ。
> **EX2** 彼は仕事にかこつけて、しょっちゅう高級レストランに行っている。

CHECK

Q1 筆者はなぜ「なにかすっきりしないものが残った」のですか。

Q2 筆者は、魚や貝類の名前を問う問題は、何のために出されると思いましたか。

Lesson
23 観光ガイド
（かんこう）
Tourism Guide ／ 观光导游 ／ Hướng dẫn du lịch

Grammar Target
- 〜かたわら
- 〜といえども

　学生時代から京都で生活してきた友人の話である。

　友人は、定年後の楽しみとして、京都を旅する人たちとのささやかな交流を考えていた。それを実現するために、仕事のかたわら「京都検定*1」の受験勉強と英会話の勉強を始めた。なぜなら、京都市民といえども、突然道を聞かれたりすると答えられないことが多く、恥ずかしい思いを度々したからだ。また、英語の読み書きはできても、聞く・話す英語教育を受けていないため、外国からの旅行者に道を尋ねられたときに、聞かれた場所がわかっても簡単な英語で伝えることすらできないことがかなりあった。そこで、定年後は、京都をゆっくり見物しながら、日本人にも外国人にも聞かれた道を丁寧に正しく教えてあげられるようになりたいと思った。

　「京都検定」は、3級から1級の3段階で、京都の神社仏閣*2、地理、歴史の体系的な知識が試される。テキストを購入して勉強し、3級、2級は合格したが、1級は2回失敗してまだ合格していない。しかし、道を聞かれても答えられるような知識はほぼ得られ、会話のほうもなんとかできるようになった。町を歩いていても不安を感じることがなくなり、外出が楽しくなってきた。運動がてらの京都市内の散歩は、定年後の日々の生活に活気を与え、心にも体にも多くのメリットをもたらした。

　ところが、この数年、日本人からも外国人からも、道を聞かれたりすることがほとんどなくなった。周りをよく見ると、旅行客はスマホを手に、一人で、あるいは友人たちと、不安げなく目的地に向かってスタスタと歩いているのだ。京都を旅行する人たちと触れ合う楽しみは、いつしかスマホに奪われてしまった。

　友人は、「京都検定」1級に挑むことをやめ、英会話の練習もやめた。今は、日本の友達にきれいな字で手紙を書くことを目標に、ペン習字の通信教育を受けている。

*1　京都検定：京都に関する知識を問う検定試験。
*2　神社仏閣：神社や寺。また、それらの建物。

Vocabulary

□ ささやか（な）：規模が小さく目立たない様子。　　□ スタスタ：早いテンポでどんどん歩いて行く様子。

🗝 〜かたわら

「A かたわら B」の形で、「主な活動（A）以外の空いている時間に、継続的に別のこと（B）をする」という意味を表す。書き言葉によく使われる表現。

> **EX1** 彼は、大学で勉強するかたわら、出版社でアルバイトもしている。
>
> **EX2** 彼女は、ピアノ演奏の活動のかたわら、小説も書いている。

🗝 〜といえども

「A なら B」と当然予想されることと現状が異なる様子を表す。

> **EX1** ９月といえども、まだまだ暑い。
>
> **EX2** 体の丈夫な田中さんといえども、風邪をうつされてしまった。

CHECK

Q1 友人はなぜ「京都検定」と英語の勉強を始めましたか。

Q2 ここ数年、道を聞かれることがなくなったのはどうしてですか。

Lesson

24 本を読まない人

People Who Don't Read Books ／不读书的人／ Người không đọc sách

　私は子供の頃から本が大好きで、本なしでは過ごせない生活を、数十年以上過ごしてきた。老眼になり体力も落ちた今では、以前のようには読めなくなったが、それでも本は買い続けている。画面ではなく、ちゃんと本を手にとって読みたい。しかし世の中には、本をまったく読まないという人がいるのも事実なのだ。

　知り合いの四十代の女性は、教科書や課題図書以外、本は手にしたことがなく、課題図書もろくに読まなかったので、読み終えた本はこれまでの人生で一冊もない。どうして読まないのかと聞いたら、

「面倒くさくて」

　と顔をしかめる。女性誌はたまに買うものの、写真だけをぱらぱらと見ていき、文字を読むのは値段とブランド名だけ。本文*1 はまったく読まない。逆に彼女から、

「どうして本を読むんですか」

　と聞かれたので、

「本はいちばん安い娯楽だと思うわ。五百円足らずの文庫本*2 でも、読めばいろいろな人の人生を追体験できるし、知らない事柄も知ることができるし、過去でも未来でも、すべての出来事が経験できるじゃない」

　と力説したが、

「ふーん」

　と気のない返事しか戻ってこなかった。

　私は本を読む人は偉くて立派といった考え方は嫌いで、本を読んで何も得ないよりは、実体験で経験を積んだほうがよいと思っている。簡単に本が買えなかった時代の日本人は、本を読んだ知識ではなく、自分が体を動かし、経験をしていろいろな考え方を身につけてきた。本を読んでいる人が、読まない人よりも上という感覚はない。しかし、四十年以上生きてきて、一冊の本を選ぶ気も読む気もなかった人というのは、やはりちょっと理解しにくい。

　なにか読みたいなと思っても、どんな本を選んでいいかわからず、買って読

む機会を失ったまま、ずるずると時間が経ってしまった人はいるだろう。しかし彼女の場合は、とにかく興味がないのだ。他に趣味を持っている人ならば、本を読む時間は持てないだろうと、

「家で時間があるときはどうしているの」

と聞いたら、

「ずっとテレビを見てます」

という。なので芸能人の噂話やバラエティ番組*3にはとても詳しい。自慢できるほど詳しいのならまだしも、テレビをあまり見ない私でも知っているような事柄ばかりなので、詳しいといってもたいした内容ではないのだ。特に趣味はなく、インターネットは好きではないので、休みの日はぼーっとテレビを見ているか、情報番組で見た、安いと評判の店を食べ歩きしているといっていた。

（『寄る年波には平泳ぎ』群ようこ　幻冬舎文庫より）

*1　本文：前後の部分や注意書きなどを除いた、作品や論文、記事などのそのもの。
*2　文庫本：気軽に買って読めるように、安く小さいサイズで作られた本。
*3　バラエティ番組：娯楽を中心にしたテレビ番組の一種で、クイズやゲーム、討論、料理、観光、歌など、さまざまな企画で構成される。

Vocabulary

□ 老眼：高齢になるにつれて、近くのものが見えにくくなること。また、そのようになった目。

□ 面倒くさい：手間がかかっていやだ。

□ 追体験（する）：小説などを通して、誰かの体験を自分の体験のようにとらえること。

□ 力説（する）：相手を納得させようと、力を込めて述べること。

□ 食べ歩き：おいしい食べ物や名物料理などを求めてあちこち回って食べること。
※食べながら歩くことではない。

🔑 ～なしに（は）・～なしでは・～なくして（は）

「それがない状態では～することができない」「～がどうしても必要だ」という意味を表す。

EX1 私の場合、辞書なしで日本語の新聞を読むことはできない。

EX2 彼女の協力なくして、この作品はできなかった。

🔑 〜ならまだしも

「〜ならまだ許せるが」「〜ならまだいいが」という意味を表す。

> **EX1** 一度だけ**ならまだしも**、二度も遅刻するなんてあり得ない。
>
> **EX2** 財布だけ**ならまだしも**、スマホも一緒になくしたそうだ。

CHECK

Q1　全く本を読まない人に対して、筆者はどう思っていますか。

Q2　筆者は、本を読む人と読まない人、どちらのほうがよいと思っていますか。

Lesson 25 自動ブレーキに国際基準

International Standards Come to Automatic Brakes
／自动刹车的国际标准／Tiêu chuẩn quốc tế về phanh tự động

Grammar Target
- ～を踏まえて
- ～如何にかかわらず／～如何を問わず
- ～如何

　衝突事故を避ける乗用車の自動ブレーキに関する国際基準が国連機関でまとまり、国土交通省が28日発表した。横断する歩行者などとの衝突回避に必要な性能を示した。来年1月ごろに発効、その後国交省は保安基準に反映させ、国内で適用される。新たに販売される搭載車は国際基準以上の性能が求められることになり、安全性の確保が期待される。

　適用開始時期は未定。自動ブレーキを巡っては、国内での新車への搭載率が2017年に78％に及ぶ一方で、性能に関する統一基準がなく、メーカーや車種ごとにばらつきがある。

　また、高齢者が関係する事故が相次ぐ中、政府は自動ブレーキの新車への搭載義務付けについて年内に結論を出す方針。今回の国際基準制定を踏まえ、議論が本格化する。

　国際基準は「見通しの良い道路を時速30キロで走行中、時速5キロで横断する歩行者に衝突しない」と定めた。他に、「時速40キロで走行中、停止している車に追突しない」「時速60キロで走行中、時速20キロの車に追突しない」とした。

　国交省が既に導入している自動ブレーキの性能認定制度では、歩行者に関する要件はない。ただ、大手自動車メーカー幹部は国際基準について「現状の性能水準で対応可能だ」と説明している。歩行者への衝突回避に関し各社は、夜間や物陰からの飛び出しなど、重大な事故につながりやすいケースへの対応に取り組んでおり、別の大手メーカーの担当者は「基準のいかんにかかわらず技術開発をさらに進める」と話した。

（『東京新聞』2019年6月29日朝刊〈共同通信配信〉より）

Vocabulary

- □ 回避（する）：よくない事態にならないよう、ある物事を避けること。
- □ 発効（する）：法律や規則などが、ある時から有効になること。
- □ 保安：安全な状態が続くようにすること。
- □ 適用（する）：ルールや方法などをある場合に当てはめて使うこと。
- □ 搭載（する）：乗り物や機械などに、設備や物、機能などを入れること。
- □ 相次ぐ：連続して起こる。

□ 走行(する)：車が走ること。
　そうこう　　くるま　はし

□ 追突(する)：後ろの車などが前の車などにぶつかる
　ついとつ　　うし　くるま　まえ　くるま
　こと。

□ 導入(する)：新しく取り入れる。
　どうにゅう　あたら　と　い

□ 要件：あることが成立するのに必要な条件。
　ようけん　　　　　　せいりつ　　　ひつよう　じょうけん

□ 大手：同じ種類の企業の中で、特に規模の大きい
　おおて　おな　しゅるい　きぎょう　なか　とく　きぼ　おお
　会社。
　かいしゃ

🔑 ～を踏まえて
　　　　　ふ

「ある事柄を前提にしたり、考慮したりした上で」という意味を表す。少し硬い表現。
　ことがら　ぜんてい　　　　こうりょ　　　　うえ　　　　　いみ　あらわ　すこ　かた　ひょうげん

> **EX1** 試験の結果を踏まえて、クラス分けをします。
> 　　　　しけん　けっか　ふ　　　　　　　わ
>
> **EX2** アンケートの結果をふまえて、話を進めていきましょう。
> 　　　　　　　　　　けっか　　　　　　はなし　すす

🔑 ～如何にかかわらず／～如何を問わず
　　　　いかん　　　　　　　　　　いかん　と

「～かどうかに関係なく」という意味を表す。
　　　　　　かんけい　　　　　いみ　あらわ

> **EX1** 学歴の如何にかかわらず、実力のある人を採用します。
> 　　　　がくれき　いかん　　　　　　じつりょく　　ひと　さいよう
>
> **EX2** 理由のいかんを問わず、今回の件については謝るべきだと思う。
> 　　　　りゆう　　　　と　　　こんかい　けん　　　　　あやま　　　　　おも

参照　～如何
　　　　　　いかん

実現するかどうかはその内容や状態によるという意味を表す。「～次第だ」に似ているが、
じつげん　　　　　　　　ないよう　じょうたい　　　　　　　いみ　あらわ　　　しだい　　に
改まった場面や書き言葉で使われることが多い。
あらた　　ばめん　か　ことば　つか　　　　　　おお

> **EX1** このイベントがうまくいくかどうかは、みんなの努力如何です。
> 　　　　　　　　　　　　　　　　　　　　　　　どりょくいかん
>
> **EX2** 今日の面接の結果いかんで合格・不合格が決まる。
> 　　　　きょう　めんせつ　けっか　　　　ごうかく　ふごうかく　き

CHECK

Q1 現在、自動ブレーキの性能認定制度は、歩行者に関する要件はどうなっていますか。
　　げんざい　じどう　　　　　　せいのうにんていせいど　　ほこうしゃ　かん　　ようけん

Q2 重大な事故につながりやすいのは、どんなものですか。
　　じゅうだい　じこ

Lesson 26 親による子の世話行動

Acts of Caring for a Child by a Parent ／父母对孩子的照顾
／ Hành vi chăm sóc con của cha mẹ

　親による子の世話行動がどのように発達するのかを見てみましょう。当然のことながら、これは複数回繁殖することのできる生物において、親自身の発達に伴って、子育て行動がどのように上達するかという話に限られます。

　一生涯に一度しか繁殖しない生物では、親になったとたんにその仕事をうまくこなさねばならず、そしてそれでおしまいですから、すべての子育て行動は、遺伝的に組み込まれているはずです。しかし、人間をはじめとする霊長類*1 のように、生涯に複数回の繁殖が可能な動物であっても、生まれてくる一匹一匹の子どもはすべて大事ですから、最初の一、二回は練習で、途中で失敗して死んでしまってもいいというものではありません。つまり、親による子の世話行動は、どんな動物であれ、最初からかなり上手にできるものでなくてはならないはずです。

　たとえば、イヌやネコの母親の世話行動を見てみましょう。たとえ初めての出産であっても、赤ん坊が生まれると母親はすぐに子どものからだをさかんに舐めてきれいにしてやり、乳を飲ませ、排泄をうながし、遠くに離れそうになると首根っこを掴まえて自分のそばに戻します。これらの行動は、どれも最初からうまくできなければ子どもの生存にかかわるので、その大部分は遺伝的に組み込まれ、ホルモンによって支配されています。

　しかし、イヌやネコであっても、初産*2 の母親はやはりぎごちなく、いろいろな間違いもするようです。世話行動の多くは複雑な行動ですから、個々の親は細部を試行錯誤することによって学んでいかねばならないのでしょう。

　さらに、危険がせまったと感知すると、母親は、子どもたち全員を運んで安全なところに移動させます。イヌ科やネコ科の動物の母親が、この点に関してどれほど優れているかという「美談」には事欠きません。南イタリアにすんでいたネコの母親が、大地震のくる数時間前に一匹ずつ子どもをくわえて遠くへ運んだとか、インドにすんでいたトラの母親が、洪水のくる直前に子どもたちを安全な場所に移したとか、彼らの驚くべき能力を示す話はたくさんあります。しかし、これらの行動の適切さが、初産の母親と経験を積んだ母親とで違いがあるのかどうか、私はよく知りません。

　このように、子育ては最初からうまくできなければ困るはずですが、複数回の繁殖をする動物では、経験とともに子育て行動がうまくなっていく余地はいくらでもあります。

（『生き物をめぐる４つの「なぜ」』長谷川眞理子　集英社新書）

＊１　霊長類：ヒトやサルをまとめて言う言葉。　　＊２　初産：初めての出産。

Vocabulary

□ 繁殖する：動物や植物が増えること。この場合、子どもを産むこと。

□ 生涯：生まれてから死ぬまで。

□ 遺伝：親から子どもに、体の特徴や性質が伝わる。

□ 排泄する：動物が大便・小便をする。

□ 試行錯誤する：やってみて、気づいたよくないところを直す、というのを繰り返し、少しずつよくしていく。

□ 事欠かない：十分に、たくさんある。

□ 余地がある：残されていることがある。

🔑 ～ねばならない

「～なければならない」の書き言葉的な硬い言い方。

EX1 ▶ 明日までにこの仕事を終わらせ**ねばならない**。

EX2 ▶ パソコンが壊れたので、修理に出さ**ねばならない**。

🔑 ～であれ～であれ

具体的な例を示しながら、「どの場合でも」という意味を表す。これに続いて、ある事柄が常に成り立ち、変わらないことを述べる。少し硬く、書き言葉的な表現。

EX1 ▶ 大人**であれ**、子ども**であれ**、ほめられるとうれしいものです。

EX2 ▶ 冗談**であれ**何**であれ**、女性にそんなことを言ったらだめだ。

CHECK

Q1　筆者が、「子の世話行動は遺伝的に組み込まれ」ていると考えているのはなぜですか。

Q2　「彼らの驚くべき能力」とは、どんな能力ですか。

Lesson 27 夫と UFO

My Husband and UFOs ／丈夫与UFO ／Ông chồng và đĩa bay

「今日も遅くなるから」達夫がそう言い残し、家を出る。

「ねえ、おかあさん。南米、行こうよ」大樹は浮かれ気味だ。

「学校でおかしなこと言わないように。UFO*1 だの宇宙人*2 だのなんて、いるわけがないんだから」

　美奈子はそう釘を刺して送り出した。

　美咲はいってきますとも言わず、ぷいと出かけていった。まったく夫も子供たちも自分のことしか考えていない。

　美奈子は台所を片付け、洗濯物を洗濯機に放り込み、掃除を始めた。点けっ放しのテレビではワイドショー*3 を映しているが、掃除機の音でまるで聞こえない。それにしても、また UFO とは。いったい夫は何を考えているのか。

　達夫は今年の春、晴れて課長に昇進した。社内では平均的な昇進で、本人もよろこぶというより、ほっとしている感じに見えた。当然忙しくなり、残業が増えた。家にいても携帯電話がひっきりなしに鳴る。部下の仕事にも責任があるのだから、理解はできた。平日はほとんど家で夕食を囲むことはない。休みの日にも接待ゴルフ*4 で家を空けることが多い。せっかく買ったマイホームなのにと、美奈子は同情を禁じえないのだが、これがサラリーマンの宿命*5 なのだから、恨む相手はいない。かつては OL だったから、それくらいはわかる。

　客間を掃除しているとき、ふと本棚に目がいった。六畳の和室は来客用にしているが、普段客など来ないので、達夫が文机*6 と本棚を入れて書斎*7 代わりに使っている。ビジネス書が大半なのだが、背表紙の並ぶ中に「UFO」の文字があった。それも一冊や二冊ではない。美奈子は思わず顔を近づけて見た。『UFO 現象ファイル 2010』『UFO ここだけの話』『超常現象*8 と UFO』——。おどろおどろしいタイトルが並んでる。うそでしょ。いつの間に……。

　一冊手に取り、ページをめくった。与太本の*9 類だった。だいいちイラストもレイアウト*10 も低レベルなのだ。発行元*11 だって聞いたこともない出版社だ。

　何を読んでいるかと思えば……。一人ため息をついた。本棚には旅行会社の封筒もあり、中を見たら《南米の旅・ナスカ地上絵ツアー》のパンフレットが入っていた。ちょっと、勘弁してちょうだい。美奈子は顔をしかめた。値段は《三十八万円～》とある。<u>かっと頭に血が上った</u>＊12。

　それより達夫である。いったいどういうつもりなのか。もしかして UFO なんてものを信じ、夢中になっているのだろうか。

（「夫と UFO」『我が家の問題』奥田英朗　集英社文庫より）

＊1　ＵＦＯ：unidentified flying object　未確認物体。
＊2　宇宙人：地球以外の星に住む生物。
＊3　ワイドショー：ニュースや芸能情報などを扱うテレビ番組。
＊4　接待ゴルフ：会社の付き合いで、取引先に喜んでもらうために行くゴルフ。
＊5　宿命：偶然ではなく、必ずそうならなければならなかったこと。
＊6　文机：読み書きするための和風の机。
＊7　書斎：読書や仕事をしたりするための、うちにある部屋。
＊8　超常現象：科学では説明ができない、不思議な現象。
＊9　与太本：いいかげんで、でたらめな本。
＊10　レイアウト：layout　ものを並べたりすること。
＊11　発行元：その本を発行した出版社。
＊12　かっと頭に血が上った：瞬間で怒りをおぼえた。

Vocabulary

□ 浮かれる：じっとしていられないくらい、楽しい気分になる。

□ 釘を刺す：絶対にしないように、念を押す。

□ 晴れて：正式に認められて、堂々と。

□ 昇進する：会社で、地位が上がる。

□ ひっきりなし：次から次へと続く。

□ 夕食を囲む：夕食を一緒に食べる。

□ 同情：相手の気持ちになって、かわいそうだと思う。

□ おどろおどろしい：不気味で、恐ろしい感じ。

🔑 ～っ放し

～した後の状態がそのまま残っていることを表す。そうしないことが期待されているときに使うことが多い。

EX1 電気がつけ**っぱなし**だよ。ちゃんと消して。

EX2 包丁を使ったら、使い**っぱなし**にしないで、ちゃんと片づけて。

～を禁じ得ない

「感情がわき上がってくるのを抑えることができない」という意味を表す。

EX1　彼の失礼な態度に、怒りを禁じ得なかった。

EX2　感動のラストシーンでは、だれもが涙を禁じ得ないだろう。

CHECK

Q1　何について「同情を禁じえない」のですか。

Q2　「かっと頭に血が上った」のはなぜですか。

Lesson

28 彼の住む町へ
かれ　す　まち

To the Town Where he Lives ／去他住的地方（城市）
／ Tới thành phố anh ấy sống

　きょうだいでいると、いつまでも子供のままでいられる。こんなふうに身近に話せる人がいると、身内とはいえ、これが自分だけの人生のわりと深刻な問題だということを忘れそうになってしまう。

　いずれにしても、私は、当分高梨君のことを忘れられないだろう、と思った。もし最悪の結果がおとずれても、すぐに立ち直るほど私の頭はすばやい構造になっていなかったからだ。私はただでさえなにごともやたら時間がかかってしまう人生を送っていた。

　もともと私は男の人がいないと生きていけないタイプではなかったし、高梨君は特別だった。彼だけが私をいらいらさせたり、悲しませたり、すごく嬉しくさせたりした。そういう相性だったような気がする。相手はいつでも動いていて、私はじっとしてあれこれ受け身で考える、そういうめぐりあわせだ。

　家族の中ではとろいなりに長女然＊としている私が、唯一自分の甘えた本当の人格を出せる相手だったのかもしれない。

　そして、結果は最悪なんてものではなかった。

　私は「会いに行く」とは書かずに、どうしても話がしたいという主旨で三回メールをした。そして留守番電話にも同じ用件を二回入れた。

「どういうことになっていてもいいので、お話がしたいです。話し合わないと、宙ぶらりんで先に進めないので、ちゃんとしたほうがいいと思います。とにかく顔を見て、ちゃんとお話ししたいのです。」

　となるべく悲しくない声で入れた。

　でも、返事はなかった。

　なので私は念のため三泊分くらいの荷物を持って、高梨君の住む町へ旅立ったのだった。

　駅の近くのビジネスホテルをとって、私は夜を待った。

　荷物を置いてひとりでランチを食べにいったときも、実を言うと少し嬉しかった。きっと今夜には彼の顔を見ることができる。そして、私の顔を見てしまえば、彼も元に戻って懐かしくなって、またいろいろ話し合ったりできるだろう、うちとけた雰囲気で……そう思ったのだ。この街に高梨君がいる、そう思うだけで、嬉しかった。彼もここでランチを食べたりしたこともあるのだろうか、と思っただけで、切なくなった。

（「デッドエンドの思い出」『デッドエンドの思い出』よしもとばなな　文藝春秋より）

＊長女然：いかにも長女のようである様子。

Vocabulary

☐ 身内：家族や親戚など、特に親しい間。

☐ とろい：鈍い。不器用で要領が悪い。

☐ 人格：personality ／个性 ／nhân cách

☐ 主旨：話や文章などの、最も中心となること。

☐ 宙ぶらりん：問題があるのに、ずっと放っておかれた状態にあること。

☐ 切ない：悲しさや、会いたい人に会えない寂しさなどで胸が締めつけられるような気持ち。

🔑 〜なりに

限界や欠点があることを認めながらプラスの評価をするときの表現で、「〜にふさわしい、〜に応じた内容で」

EX1 ▶ 子どもなりに親の役に立ちたいと思ってやったことだろう。

EX2 ▶ 自分なりのやり方で作品を創ってみました。

CHECK

Q1 「私」にとって、高梨君はどんな存在でしたか。

Q2 「私」が高梨君の住む町へ行ったのはなぜですか。

Lesson
29 妄想
もうそう
Delusions ／妄想／ Hoang tưởng

　次のケースは、テクノロジーの発達とともに、さらに妄想めいた訴えをバックアップする人たちが加わり、よけいに治療が難しくなった例だ。バックアップをする人たちの中には、自身も妄想を持っている人、自らの業績のために真偽が定かではない現象を「それは科学的に真だ*」と言い張る科学者、そして妄想でも真実でもどちらでもいいので、とにかく金儲けをしたい人などが含まれている。いずれにしても、精神科医にとっては迷惑きわまりない話だ。

　再び具体的なケースをあげながら考えてみよう。

　ある日、診察室に入ってきた40代の主婦・Kさんは、真剣な口調でそう切り出した。

「今日ここに来たのは、私が病気じゃない、と先生にも証明してほしいからです。もうほかの先生には証明いただいたのですが、夫は精神科医の先生の診断書がない限り、信じないと言うんですよ」

　Kさんは、私が「何の診断書でしょうか」と尋ねる前に、私の前に何通もの診断書を差し出した。

　その中の一通を見ると、そこには「"電磁波過敏症"の疑いという「" "」つきの聞いたことのない病名が書かれていた。「あの、私は不勉強でこの病気についてよく知らないのですが」と白状すると、きちんとした身なりをしたその女性は、「待ってました」とばかりに新聞の切り抜きやコピーをバッグから取り出して、「これをご覧ください」と言った。

「正式な医学的診断名にはなっていないので、ご存知なくてもしかたないかもしれませんね。でも、最先端の研究をなさっている先生たちはもう認めています。ほら、この診断書を書かれたのも、医学博士号をお持ちの有名なドクターです」

　なるほど、正式な診断名ではないので、診断書の病名は「" "」で囲まれていたのだった。(中略)「目が痛い、目がうずく」「皮膚が赤くなる」「鼻水やくしゃみ」「顔がほてる、むくむ」「頭痛、めまい、関節痛」「手足のしびれ」など、ひととおりこの病気の説明を行ったあと、「私もこれだと診断されたのです」と K さんは胸を張った。

（『キレる大人はなぜ増えた』香山リカ　朝日新書より）

＊科学的に真だ：科学的に真実で、科学的に正しい。

Vocabulary

□ 妄想：病的な状態から誤った判断をし、ある非現実的なことを固く信じること。また、その内容。それに反する事実や論理による訂正を受け付けない。

□ 真偽：本当かうそか、正しいか誤りか。

□ 口調：言い方の調子。

□ 切り出す：話や相談を始めること。

□ 電磁波：Electromagnetic radiation ／电磁波 ／Sóng điện từ

□ 過敏症：hypersensitivity ／过敏症 ／Quá mẫn

□ 白状（する）：隠していたことや自分の罪について、隠すことをやめて話すこと。

□ うずく：ache / trobe with pain ／疼痛 ／Rên rỉ

□ ほてる：顔や体が熱くなること。

□ むくむ：病気の症状のひとつで、体のある部分に水がたまり、ふくれること。

□ しびれる：go numb ／卡住了 ／Cảm thấy lo lắng

🗝 ～めく

「～を思わせる・感じさせる様子になる」という意味を表す。

EX1 だんだん春めいてきましたね。

EX2 彼は冗談めいてそう言ったが、誰も笑わなかった。

🗝 ～きわまりない

それ以上ないところまで達しているという意味を表します。改まった書き言葉です。

EX1 レストランでたばこを吸われるのは不愉快極まりない。

EX2 このマンションにはエレベーターがなくて、不便極まりない。

CHECK

Q1 妄想のような訴えをバックアップする人たちの目的は何ですか。

Q2 「〝　〟」はどういう意味ですか。

Lesson
30 マイクロチップ

Microchips ／微芯片／ Con chip micro

　日本ではかつて、ほとんどの犬が庭で飼われていた。我が家も、知り合いから子犬をもらい、庭に置いた手作りの犬小屋で飼っていた。

　その犬が3歳ぐらいになったある日のことだ。いつものように私がえさをあげに行くと、元気がなく食欲もない。異常を感じた私は父にそれを伝えたところ、家からかなり離れたところの牛や馬など家畜の病気を専門とする獣医師が往診に来てくれることになった。獣医師は、病名をフィラリアであると言い、庭で飼っている犬の多くは蚊に刺されてフィラリアになる、若くして発病する、薬はない、ということを告げて、立ち去った。体の弱った犬を家の廊下に移し、おいしいものをあげたりしたが、看病のかいもなく、間もなくして死んでしまった。

　フィラリアを恐れ、犬をあきらめ猫を飼い始めたのだが、5年ほどすると、犬好きの父は我慢できなくなり、また犬を飼うことになった。今度は外で飼うのをやめ、家の中で飼うことにした。

　これまでとは違い、四六時中生活を共にするので、お互いの言葉がわかりあえるようになり、関係がこれまでより深くなっていった。また、恐れていたフィラリアになることもなく、12歳まで生きた。その種類の犬にしては長寿といえるほうであった。

　その後、大人になり結婚してからも、私は犬と一緒の生活だが、フィラリアの恐さは常に頭の隅にあった。そしてある日、動物病院でフィラリア予防の薬があると知らされた。それからというもの、毎年、定期的に予防の薬を飲ませるようになった。おかげで、さらに長生きをさせることができた。動物病院の増加とともに、ペットを中心に扱う獣医師もずいぶんと増えた。

　そして最近のニュースで、犬や猫の体に飼い主の情報を記録した「マイクロチップ」の装着が義務付けられることになったと知った。これは画期的な法改正で、自然災害などではぐれてしまっても飼い主がすぐに確認できるのみならず、安易に“捨てる”ことを防ぐ効果もある。罰則も設けられ、飼育放棄に対してある程度の歯止めになると期待される。

　長い時間をかけて少しずつではあるが、犬や猫たちが健康に暮らし、不当な扱いを受けないための環境整備が進んでいるといえるだろう。

Vocabulary

□ 往診（する）：医者が患者の家に行って診察をすること。

□ 立ち去る：その場を去る。

□ 四六時中：いつとも限らず、一日中。

□ 長寿：長生き。

□ 装着（する）：着るものや本体に取り付けること。
　ここでは、体（＝耳）に取り付けること。

□ 罰則：罰についてのきまり。

□ 歯止め：事態が進むのを抑える働きをするもの。

～からというもの

ある時点を境に状況や様子が変わり、それからずっとある同じ状態が続いていることを表す。

EX1 近くに大学の施設ができて**からというもの**、この辺りは若い人が多くなった。

EX2 彼女と別れて**からというもの**、彼はすっかり元気がない。

CHECK

Q1　どうして家で犬を飼うようになりましたか。

Q2　「マイクロチップ」を使うことには、主に２つの効果が期待できます。それは何と何ですか。

ふくしゅう　§3 (Lesson 21-30)

I　次の❶〜❻の______に合うものをa〜fの中からえらんで、文をつくりましょう。

❶　オリンピックでの初優勝に、______________________。

❷　こんな事故を写真に撮るなんて、______________________。

❸　少し塩を入れすぎたが、______________________。

❹　自分でやると言ったことだから、______________________。

❺　息子は、服を脱いだら、______________________。

❻　娘は、留学してからというもの、______________________。

a. 何とか食べられなくはない　　　　b. 脱ぎっぱなしだ
c. 不謹慎きわまりない　　　　　　　d. どんどん活発な性格になっていった
e. 喜びを禁じ得ない　　　　　　　　f. 最後までやり通さねばならない

II　（　　）の中に入れることばをa〜dから選びましょう。

❶　彼は、会社員として働く（　　　　　）、小説を書き、賞を取った。

　　a．ながら　　　　　b．がてら　　　　　c．ならまだしも　　　d．かたわら

❷　1回戦は楽勝か（　　　　）、危うく負けるところだった。

　　a．とあいまって　　b．となると　　　　c．と思いきや　　　d．とばかりに

❸ 一旦支払われた料金は、理由（　　　　　）返金いたしません。

　　a．にかこつけて　　　　　　　　　　b．の如何にかかわらず
　　c．はまだしも　　　　　　　　　　　d．を踏まえ

❹ オリンピック（　　　　　）、政府は新しい法案を通過させようとしている。

　　a．にかこつけて　　b．がてら　　　c．なしでは　　　d．ならまだしも

❺ 水泳は苦手だが、彼女は彼女（　　　　　）一生懸命泳いだ。

　　a．であれ　　　　　　b．ならまだしも　　c．とばかりに　　　d．なりに

Ⅲ　次の❶〜❻の______に合うものをa〜fの中から選んで、文をつくりましょう。

❶ ______________________________、大歓声が巻き起こった。

❷ ______________________________、受験する大学を選びましょう。

❸ ______________________________、体調を崩すことはある。

❹ ______________________________、コンビニで買い物をしよう。

❺ ______________________________、自分の新しいスーツを買った。

❻ ______________________________、静かに漫画を読んでいた。

a. 今回の試験結果を踏まえ　　　　　b. 散歩がてら
c. 息子は部屋で勉強しているかと思いきや　　d. 彼の登場に、待ってましたとばかりに
e. 息子の入学式にかこつけて　　　　f. 医者であれ

109

モデル文章の訳

Model Sentence Translations
模式文章的翻译
Phần dịch của đoạn văn mẫu

Lesson 21

E On the way home, he pushed his bike as he shopped and accompanied me to the front of my apartment.

"Why do you live alone, Secchan? Your family's home is the next station over," he said.

The stars were beautiful this night, and the moon was sharp like ice. It was white, as if clipped out from the sky.

"Once my mother started taking cooking classes as a hobby, lots of people started come in and out of the house, and I don't have a room now. This place is like a simple private room. I go back all the time, too. I often eat there, then come back to sleep. I go by to help out at the store a lot, too."

"That seems kind of nice, like you're going with the flow. I'm separated from my parents now."

"I am careful about how close I am with my family. After all, if you're not careful then they'll find out about everything and I'll lose any time I have to myself as an adult. That's why I intentionally live on my own and go out on trips alone."

"So that's what it is. Maybe I got tired of that kind of thing, too. Driving my parents on trips and to go shopping, helping my relatives move...I saw that kind of thing becoming too natural a part of my life. But it's not as if I dislike it, or that I don't want to become an artisan."

"You still have a lot of time, so why not save up some money and find a job, or study abroad? Boys in particular start to develop problems and feel cramped when they live that way like good boys."

"That's right. My parents see who I am now as still an extension of the baby they took care of, but I have my own life."

"Thanks for walking me back."

"Thanks for the meal today. Sorry for not even paying."

"Don't worry about it. The roll cake was delicious."

He waved goodbye and left on his bike. It was an expensive-looking moped, but he often repaired it now that it was getting old. No matter what someone tries to do, you can see through it when they're from a rich family, I thought.

It's virtually impossible to leave home or save money while casually reaping those benefits, so I could see why his appearance and feelings would grow gloomy.

That night was the same as usual. I felt nothing, so emotionally unmoved that a solid feeling of "This isn't going to become love, it's friendship" spread through my body.

C 回去的路上，他买了东西，推着摩托车，顺便把我送到公寓。

"小节，你为什么一个人生活？你家就在隔壁的电车站啊。"

他说道。

这是个美丽星空的夜晚，月亮像冰一样尖尖地挂在天空，看起来像从天上剪下来一样的皎洁明亮。

"因为妈妈的兴趣爱好，她办了一个料理培训班。出入家里的人增加了，也就没了我的房间。嗯，我这里就只是一个房间的感觉。也经常回家，吃完晚饭就过来。有时候也回店里帮忙。"

"真好，感觉你是走上正轨了。我却掉队了。"

"和家人之间的距离感还是让我有些顾虑。因为稍不注意，你所有的秘密就会全部曝光。自己会失去自己作为成年人的时间。所以，我故意一个人生活，还尽量让自己一个人出去旅行。"

"你也是这样啊。我就是对那样的生活感到疲倦。为了父母出去旅游、为了父母买东西，我要开车带他们出去，为了帮亲戚搬家……眼睁睁看着那变成自己理所当然的人生。也不是讨厌，也不是不想当匠人。"

"还有时间的，你存钱去就业或者留学怎么样？特别是男孩子，如果被当做一个乖孩子而生活的话，以后的人生会很勉强，自己也会变得心胸狭窄。"

"确实是这样。对于父母来说，我虽然还继续在他们养育婴儿的延长线上，但是我也有我的人生啊。"

"谢谢你送我。"

"谢谢你请我吃饭。我也没付钱，对不起啊。"

"别客气，瑞士卷蛋糕很好吃。"

他挥挥手骑着摩托车回去了。看起来挺昂贵的摩托车，虽然有些陈旧，但保养得不错。明显地看得出来，他家很富裕。

一边若无其事地接受父母的恩惠，一边离家出走。这要有所积蓄，看来是难上加难。可以看出，他的样子和心情有些失落和无望。

这一夜也和平时一样，没有任何事情发生，我的心情毫无任何起伏，"这完全不是爱情，只是朋友。"我内心区分得很清楚。

V Trên đường về, anh ấy mua đồ rồi tranh thủ đẩy xe máy tiễn tôi tới tận trước cửa chung cư.

"Secchan, vì sao em lại sống một mình? Nhà bố mẹ đẻ em ở ngay ga bên cạnh mà?"

Anh ấy nói.

Trong đêm trời đẹp đầy sao, mặt trăng nhọn hoắt như viên đá. Nó trắng như tách hẳn ra với bầu trời.

"Mẹ em mở lớp học nấu ăn theo sở thích của bà thì trong nhà nhiều người ra vào thành ra em không còn phòng riêng của mình nữa. Mà chỗ này cũng như cái phòng nhỏ thôi ấy mà. Em về suốt. Cũng hay về nhà ăn cơm rồi ngủ lại. Rồi cả giúp việc cho lớp học nữa."

"Được đấy, kiểu biết theo đúng hoàn cảnh. Chứ anh thì giờ đang lạc lõng quá"

"Em cũng để ý khoảng cách với gia đình chứ. Vì không để ý thì cái gì cũng lộ hết, chẳng còn thời gian riêng tư của bản thân nữa. Cho nên em mới cố tình sống một mình, rồi đi du lịch một mình chứ sao."

"Quả đúng thế sao. Là anh chắc anh cũng thấy mệt mỏi đấy. Nào là cho bố mẹ đi du lịch, lấy xe đưa bố mẹ đi chợ, giúp họ hàng chuyển nhà… mấy việc đó rõ ràng là đời người ai cũng phải làm. Không phải mình không thích đâu nhưng mình cũng vẫn còn muốn thành người có tay nghề mà."

"Vẫn chưa muộn mà, giờ anh tích góp tiền rồi đi làm hoặc đi du học đi. Đặc biệt đàn ông con trai mà sống ngoan ngoãn kiểu đó thì cũng có lúc không chịu nổi, đời người thành ra bí bách lắm."

"Chứ sao nữa. Với bố mẹ thì anh vẫn là đứa trẻ đang được bố mẹ chăm bẵm nhưng anh cũng có cuộc đời của anh chứ!"

"Cám ơn anh đã đưa em về nhé!"

"Cám ơn em đã mời anh ăn, xin lỗi vì anh không trả tiền nhé!"

"Có gì đâu, bánh cuộn ngon nhỉ!"

Anh ấy vẫy tay rồi lên xe máy đi về. Chiếc xe máy năm mươi phân khối khá đắt tiền nhưng đã cũ và phải sửa nhiều. Kiểu gì trông cũng biết là con nhà có điều kiển mà, tôi nghĩ.

Tôi có thể hiểu được việc ra khỏi nhà mà vẫn tự nhiên nhận ân huệ như thế, rồi tích góp tiền bạc là điều vô cùng khó khăn, khiến tình cảnh lẫn tâm trạng của anh ấy cứ mịt mù.

Và đêm đó vẫn bình thường bao bao lần, cảm xúc của mình cũng hoàn toàn không gợn sóng khiến tôi hiểu rõ ràng rằng "Không thể là yêu đương được, bạn bè mà thôi".

Lesson ㉒

Ⓔ Recently, I had the opportunity to go on a trip with my older sister's family and see how my nephew has grown. I thought he had been born just recently, but they said he was going to enter elementary school next year. Not only that, he was now studying in order to take entrance examinations for private elementary school, and that he was taking practice exams despite only being six years old.

It happened when we were all eating dinner together. Just as I thought that my older sister and my nephew were having a fun conversation with one another, to my surprise, they were in fact saying the names of the fish and shellfish being brought out by the ryokan as food, confirming each one. Just as I asked what exactly they were doing, they said that the names of these kinds of fish and shellfish appear on entrance exams. My older sister said this would be a good opportunity to have her son learn the names of things, so they were studying for entrance exams as we ate. Her son didn't seem to mind either, and obediently memorized various words. However, the ryokan was serving fish like sea bream, and shellfish such as abalone, horned turbans, and scallops. Though I said that these luxury ingredients that would never be used in standard meals by a regular family would never appear in a test, my old sister said that horned turban had appeared in a past question.

As the meal approached an end, I tried giving my nephew a little test. I showed him shells and shrimp heads and asked him, "What's this?" He immediately answered for horned turban, scallop, and shrimp, but he thought for a moment for abalone before answering it with the help of his mother. Though I praised him for being able to memorize these, he still felt somehow dissatisfied.

While these tests used to use images, physical objects now seem to be distributed to each student taking the exam, and they say the name of the object out loud. So my nephew thought about what kinds of things are distributed to these 140 or so test takers as exam questions. My old sister started saying things like "grapes," "mikan," and "cherry" as we all laughed.

According to my older sister, my nephew got a melon in a practice exam, and he was able to answer the question even though she hadn't taught it to him. He must have eaten some before at home. In doing so, he must have very naturally learned the name of the object known as a melon. But while shrimp may be one thing, who would have the opportunity to recognize horned turbans, scallops, and abalone as things that appear during daily life, as well as their names? Questions testing knowledge about sea life would be difficult on an elementary school entrance exam. I even found myself thinking that it wasn't the knowledge of the children they were assessing, but rather looking into the standard of living of their families under the veil of testing.

Ⓒ 最近跟姐姐一家去旅行，见到了好久不见的外甥。感觉就在前些日子才出生的他，一晃明年就上小学了。而且为了进私立小学正在备考学习中，六岁就开始接受模拟考试了。

大家在吃晚饭时，本以为姐姐在跟外甥开心的说着话，结果是在出声念旅馆的料理里的鱼及贝类的名字。我问他们在干什么，他们说这些鱼及贝类的名字考试题里会出。姐姐说这是让儿子记住这些名字的好机会，所以边吃边进行备考学习。外甥并没有觉得烦，而是认真老是得在记那些鱼及贝的名字。可是旅馆料理的鱼是绸鱼，贝类是鲍鱼、海螺及扇贝等。我觉得这些一般家庭日常料理中不经常用的食材考试题里不会出，就对姐姐说不会出这种高级食材的问题吧，可姐姐说以前考题里有"サザエ"。

快吃完时，我想考考外甥。我把贝壳和虾头给他看，问他"这是什么？"，海螺和扇贝马上就答上来了，可是鲍鱼想了一会，然后在他妈妈的帮助下答上来了。我表扬他记得很快，但心里有种不爽的感觉。

考试的方法以前使用图画，可是现在把实物发给每一个考生，只是口头回答其名字就可以。姐姐在思考作为考试题发给 140 多个考生的会是什么呢？大家边笑边举出"葡萄"、"橘子"、"樱桃"等名字来。

姐姐说外甥的模拟考试中有"甜瓜"，虽然没教给他，可是他却答上来的。一定是在家里吃过吧。所以很自然得记住了甜瓜这个物体的名字吧，可是，虾还可以，海螺、扇贝、鲍鱼虽然日常生活中见过，但有认识并记住其名字的机会不多吧？如果考生活在海岸里的生物的知识，作为小学生的入学考试是很难的。让人觉得这不是在靠孩子的知识，而是以考试为名，在调查家庭的生活水平。

V Mới đây tôi có đi du lịch với gia đình chị gái nên lâu rồi mới được thấy cháu trai mình lớn ra sao. Vẫn nghĩ nó mới ra đời hôm nào mà sang năm đã sắp vào tiểu học rồi. Nghe nói hiện giờ đang học ôn thi để thi vào trường tiểu học tư lập, mới 6 tuổi cũng phải đi thi thử nữa.

Chuyện là lúc mọi người cùng ăn tối. Thấy chị và con trai nói chuyện vui vẻ nhưng hóa ra đang nói tên các loại cá và sò có trong bữa tối khách sạn đưa ra và xác nhận từng thứ một. Tôi hỏi xem để làm gì thì nghe nói tên các loại cá và sò như thế này cũng sẽ có trong bài thi đầu vào. Nên chị tôi nói đây là cơ hội để con tra mình nhớ tên các đồ vật, vừa ăn vừa có thể ôn thi được. Cháu trai tôi cũng không cự nự gì, ngoan ngoãn nhớ được khá nhiều từ. Nhưng cá trong bữa ăn của khách sạn là cá hồng, sò thì có bào ngư, ốc gai, sò điệp v.v… Tôi bảo những loại hiếm khi được dùng làm nguyên liệu trong bữa ăn thông thường của gia đình như thế này làm gì có chuyện sẽ có trong đề thi, mấy loại nguyên liệu cao cấp thế nào không ra đâu thì chị gái tôi bảo trong đề thi trước đây có bài ra về ốc gai rồi.

Lúc sắp ăn xong tôi thử kiểm tra cháu mình. Tôi đưa vỏ sò và đầu tôm ra hỏi "đây là gì?" thì cháu trả lời ngay được ốc gai, sò điệp, tôm nhưng bào ngư thì phải nghĩ một chút và nhờ mẹ trợ giúp mới trả lời được. Tôi khen cháu giỏi quá nhưng nó vẫn có gì đó không thoải mái lắm.

Cách thức thi trước đây là dùng tranh nhưng giờ thì từng thí sinh được phát đồ thật và trả lời miệng tên của đồ vật đó. Cho nên chị tôi mới đoán đồ gì có thể là để thi để phát được cho hết khoảng 140 thí sinh. Mọi người vừa cười vừa đưa ra những cái tên như "nho", "quýt", "anh đào" v.v…

Chị tôi kể trong bài thi thử của cháu có ra đề là "dưa lưới" nhưng chị không hề dạy mà cháu vẫn trả lời được. Chắc ở nhà đã từng được ăn rồi. Nên cháu tôi rất tự nhiên nhớ được tên của đồ vật. Nhưng tôm thì còn có thể chứ ốc gai, sò điệp hay bào ngư thì liệu có cơ hội mà biết tên chúng như những đồ ăn thường thấy hàng ngay không cơ chứ. Nếu hỏi về kiến thức những sinh vật sống ngoài biển thì đề thi đầu vào của tiểu học khó thật. Tôi nghĩ kì thi không phải để xem xét kiến thức của đứa trẻ mà giả danh kì thi để điều tra mức sống của gia đình mà thôi.

Lesson 23

E This is a story of a friend who lived in Kyoto ever since she was a university student.

My friend was thinking about enjoying her life after retirement by carrying on modest conversations with travelers to Kyoto. In order to make this a reality, she began studying to take the Kyoto Kentei exam, and she studied English conversation. She did this because while she may have been a citizen of Kyoto, she frequently received sudden questions on the street that she could not answer and often felt embarrassed. Also, while she may have been able to read and write English, she had never been taught how to listen and speak the language, which meant that if a traveler from abroad asked her a question, she couldn't so much as communicate a location using simple English, even if she knew where they wanted to go. That is why my friend wanted to spend her time after retirement by taking it easy as she saw the sights of Kyoto while being capable of properly and correctly answering questions about directions from people both Japanese and otherwise.

The Kyoto Kentei is an exam with three levels, from 3-kyu to 1-kyu. It tests one's systematic knowledge of Kyoto's shrines and temples, geography, and history. She bought textbooks and studied them, passing the 3-kyu and 2-kyu levels, but she has failed 1-kyu twice and has yet to pass. However, she has most of the knowledge she needs to answer questions about directions, and she is able to get by when it comes to conversations as well. She no longer feels anxious when she walks the streets, and going outside has become more fun for her. Walking through the city of Kyoto while getting some exercise gives life to her post-retirement days, and has brought many benefits to both her mind and her body.

However, in recent years, questions from both Japanese people and those from abroad about directions have almost completely disappeared. When she looks around her, she sees travelers with smartphones in their hands, either alone or with friends, heading briskly to their destinations without fear. Before she knew it, smartphones had stolen away her joy of getting to interact with people visiting Kyoto.

My friend gave up on trying to pass the Kyoto Kentei's 1-kyu level, and she stopped practicing English conversation as well. My friend is now taking a penmanship correspondence class so that she can write letters in beautiful script to her Japanese friends.

Ⓒ 这是我学生时代在京都一起生活的一个朋友的故事。

朋友退休后的乐趣是想跟来京都旅行的游客进行小小的交流。为了实现这个愿望，他在工作之余开始了"京都鉴定"考试和英语会话的学习。因为作为一个京都市民，很多时候突然有人问路却答不上来，所以常常感到很惭愧。还有即使会读、会写英语，但没有接受过听、说的英语教育，所以外国游客打听路时，常常知道他们问的地方，却不能用简单的英语来回答。因此，退休后想一边悠闲地游览京都，一边能耐心正确地回答游客的问题。

"京都鉴定"从三级到一级共有三个级别，要考京都的神社佛寺、地理、历史方面的知识。他买了教科书开始学习，三级、二级通过了，可是一级考了两次还是没通过。但是即使被问到也能答上来的知识基本已经掌握，会话也能应付了。去街上也不会感到不安，愿意外出了。运动兼京都市内的散步，给退休后的生活带来了活气，对身心都有很多益处。

可是，这几年无论是日本人还是外国人，问路的人几乎没有了。环视一下周围，游客们手里都拿着智能手机，一个人或跟朋友，根本看不出有什么不安，蹭蹭地向目的地走去。跟来京都旅游的游客交流这一乐趣，不知什么时候已经被智能手机夺走了。

朋友不再挑战"京都一级"了，也不再学英语会话了。现在在接受钢笔字的函授教育，目标是能用漂亮的字给日本的朋友写信。

Ⓥ Đây là câu chuyện của bạn tôi sống ở Kyoto từ thời học sinh.

Bạn tôi có một niềm vui sau khi nghỉ hưu là sẽ có những giao lưu nhỏ với người tới du lịch Kyoto. Để thực hiện được điều đó, vừa làm việc bạn tôi vừa học ôn thi chứng chỉ "Kiểm định Kyoto" (Kyoto Kentei) và học tiếng Anh hội thoại. Bởi vì dù là người Kyoto nhưng bạn tôi đã vài lần phải xấu hổ vì không trả lời được khi đột nhiên bị hỏi đường. Ngoài ra, tiếng Anh đọc viết được nhưng không được học tiếng Anh nghe nói nên khi có khách du lịch nước ngoài hỏi thăm, dù có biết nơi được hỏi ở đâu cũng nhiều lần không thể truyền đạt tiếng Anh đơn giản. Vì thế, bạn tôi muốn sau khi nghỉ hưu sẽ thong thả ngắm cảnh Kyoto vừa có thể chỉ đường chính xác và tận tình cho cả người Nhật và người nước ngoài. "Kiểm định Kyoto" có 3 cấp độ từ cấp độ 3 tới cấp độ 1, kiểm tra hệ thống kiến thức về thần xã phật các, địa lí và lịch sử Kyoto. Bạn tôi mua sách về học và đã đỗ cấp độ 2,3 nhưng cấp độ 1 thi trượt hai lần vẫn chưa đỗ. Nhưng cũng đã có cơ bản kiến thức để trả lời khi được hỏi đường và cũng có thể hội thoại được tàm tạm. Đi bộ trên phố cũng không còn cảm thấy bất an và thích đi ra ngoài hơn. Tản bộ trong nội đô Kyoto vừa vận động được, vừa thổi sức sống cho cuộc sống sau khi về hưu, mang lại nhiều lợi ích cho cả cơ thể lẫn tâm hồn.

Song mấy năm gần đây, cả người Nhật và người nước ngoài ít hỏi đường hẳn. Quan sát xung quanh thì thấy khách du lịch tay cầm điện thoại thông minh, một mình hoặc cùng với bạn bước đi thoăn thoắt tới nơi muốn đến mà không hề có chút lo lắng. Niềm vui giao lưu với người du lịch Kyoto từ khi nào đã bị điện thoại thông minh cướp mất.

Bạn tôi thôi không thi cấp độ 1 kì thi "Kiểm định Kyoto" lẫn thôi học cả tiếng Anh hội thoại. Bây giờ bạn ấy đang học đào tạo từ xa viết chữ đẹp với mục tiêu viết thư cho bạn người Nhật bằng chữ thật đẹp.

Lesson ㉔

Ⓔ I've loved books ever since I was a child, and I've spent many decades being unable to live without them. Now that I am farsighted and have lost stamina as well, I can't read the way I used to, but I continue to buy books. I want to have a book properly in my hand as I read it, not a screen. But it's also a fact that there are some people in the world who don't read any books at all.

A woman I know in her forties has never picked up a book other than textbooks and assigned books, and she didn't even read books she was assigned very well, so she's never once completed a book in her life. When I asked why she doesn't read, her face grimaced.

"It's a bother."

While she occasionally buys women's magazines, she only flips through the images, reading only prices and brand names. She doesn't read the body of the text at all. She then asked me a question in return.

"Why do you read books?" she said.

"I think books are the cheapest form of entertainment. Reading a pocket-sized book that costs less than five hundred yen can let you vicariously experience many people's lives, learn about new things, and experience anything and everything, even in the past or future," I emphasized to her, but she only replied in an uninterested tone.

"Hmm."

I don't like the idea that people who read books are great and wonderful. I think it is better to gather actual experiences over reading books and gaining nothing at all. In times when it wasn't easy for Japanese people to purchase books, they gained knowledge not by reading, but by moving their bodies and experiencing things, learning various ways of thinking in the process. I don't have a sense that people who read are above those who don't. However, it was still a little hard for me to understand a person who lived for over forty years and never felt like picking out or reading a single book.

I'm sure there are people who think about wanting to read something but not knowing what book to read, so time keeps passing by as they lose the opportunity to buy them and read them. But in her case, she simply has no interest. Maybe if she has other interests, she doesn't have time to read at home, I thought.

"What do you do when you have time at home?" I asked her.

"I just watch TV the whole time," she said. As such, she knows quite a lot about celebrity gossip and variety programs. But while it would be one thing if she knew enough to be able to brag about it, her knowledge was all about things that even I knew as someone who doesn't watch much television, so while I say she knows a lot, the content of what she knew was not impressive. She says she has no hobbies in particular, and doesn't like the Internet, so on days off she either spaces out and watches TV, or she walks around to eat at stores she saw on informational programs that are known for being cheap.

C 我从小就喜欢看书，没书就没法生活的日子持续了几十年。如今眼也花了，体力也衰弱了，虽然不能像以前那样读那么多，但还是在持续买书。不是屏幕，而是想捧着书读。可是，世上也有从来不看书的人。

我认识的四十来岁的女性，除了教科书和课题书外，没有拿过书，课题书也没好好看过。从头到尾看完的书至今为止的人生中一本也没有。

我问她为什么不看书，她皱着眉说"麻烦"。她偶尔买些女性杂志，只是翻翻看看照片，文字只看价格和品牌名。里面的内容根本不看。反过来她问我"为什么喜欢看书？"

"我觉得看书是最便宜的娱乐。不到五百日元的文库本既能体验到各种人的人生，也能增长知识。不管是过去还是未来，什么事情都能体验到。"

我用力说服她。可是她只是"哼"了一声，根本就不感兴趣。

我讨厌认为看书的人很伟大很了不起的看法，觉得与其一无所获，不如通过看书实际体验，积累经验。以前在买不起书的那个时代的日本人，他们不是靠书本上的知识，而是亲身体验，学会了各种思维。没有看书的人比不看书的人有什么优越感。可是，活了四十多年，连选一本书、读一本书的想法都没有的人，还是让人难以理解。

其中也有人即使想看书却不知道选什么书看，错过买书的机会，不知不觉地时间就过去了吧。可是我认识的那个人没什么特别的爱好。有其他爱好的人，可能没有时间看书吧。于是我问她

"你在家有时间的时候都干什么？"

"一直看电视"她回答道。所以她对演艺界的八卦及娱乐性节目知道得很详细。如果详细得到让人佩服的程度倒还可以，可她只知道那些连不太看电视的我都知道的事。说是详细，但没什么内容。她没有特别爱好，也不喜欢上网，休息日要么一直看电视、要么去在信息情报节目中看到的那些评价说便宜的饮食店吃。

V Từ bé tôi đã thích đọc sách và mấy chục năm nay cuộc sống không thể không có sách. Bây giờ, khi đã phải đeo kính lão, sức khỏe cũng đi xuống tôi không còn đọc được khi trước đây nữa nhưng tôi vẫn tiếp tục mua sách. Tôi muốn cầm sách trên tay để đọc chứ không phải qua màn hình. Song thực tế là xã hội bây giờ có những người hoàn toàn không đọc sách.

Cô người quen khoảng 40 tuổi của tôi ngoài sách giáo khoa và sách bài tập đọc sách thì chưa từng cầm quyển sách nào trên tay, sách bài tập đọc sách cô ấy cũng không đọc tới nơi tới chốn cho nên tính ra trong đời chưa đọc hết được một cuốn sách nào. Tôi hỏi tại sao lại không đọc thì cô ấy nhăn nhó:

"Phiền toái lắm!"

Thỉnh thoảng cô ấy có mua tạp chí cho phụ nữ nhưng cũng chỉ giở qua xem ảnh, có đọc thì cũng chỉ đọc giá và tên nhãn nhiệu. Phần chính thì hoàn toàn không đọc, ngược lại cô ấy hỏi tôi:

"Thế tại sao bác lại đọc sách?"

"Vì tôi nghĩ sách là thứ giải trí rẻ nhất. Chỉ cần đọc một quyển sách cỡ lòng bàn tay với giá chưa đến 500 yên thôi là đã có thể trải nghiệm cuộc đời của rất nhiều người, biết được những chuyện mình chưa biết, rồi còn có thể khám phá những thứ trong quá khứ lẫn tương lai."

Tôi nhiệt tình giải thích nhưng cô ấy chỉ đáp lại hờ hững:

"Thế sao…."

Tôi ghét suy nghĩ người đọc sách là người giỏi giang vĩ đại, tôi nghĩ thà tích lũy kinh nghiệm thực tế còn hơn đọc sách mà không thu nạp được gì. Người Nhật thời mua sách còn khó khăn không phụ thuộc vào kiến thức từ sách đã đọc mà tự mình vận động, trải nghiệm và tích lũy rất nhiều cách nghĩ. Người đọc sách không có khái nghiệm hơn người không đọc sách. Nhưng sống hơn 40 năm rồi mà không có hứng chọn lẫn đọc 1 cuộc sách thì quả là khó hiểu.

Chắc cũng có người muốn đọc gì đó những không biết chọn sách nào nên đã đánh mất đi cơ hội mua và đọc, chần chừ nên bỏ phí bao nhiêu thời gian. Nhưng trường hợp cô bạn tôi thì hoàn toàn không quan tâm tới sách. Tôi nghĩ chắc có sở thích khác nên không có thời gian đọc sách nên hỏi:

"Thế lúc ở nhà có thời gian cô làm gì?"

"Tôi chỉ xem tivi thôi!", cô ấy nói.

Cho nên cô ấy rất rành những tin đồn về người nổi tiếng hay chương trình giải trí. Rành tới mức có thể tự mãn được đã đành, đằng này cũng chỉ toàn những chuyện người không mấy xem tivi như tôi cũng biết nên gọi là rành thôi chứ cũng chẳng phải nội dung gì bất ngờ lắm. Đặc biệt, cô ấy không có sở thích gì và không thích internet nên ngày nghỉ hoặc là xem tivi hoặc đi đến ăn những quán được đánh giá là rẻ nhờ xem qua mấy chương trình tin tức thông tin.

Lesson 25

E Traditionally, the mainstream way of advancing science was through reductionism, put forth by Descartes. This says that when one sees a phenomenon, they should go beyond describing the structures of movements and reactions occurring (known as empiricism or phenomenology), and go back to an even more fundamental level to make clear its causes and laws. The belief was that going back to a more basic level results in pure systems that have had excess results cleared away, making laws appear more clearly, also allowing for a clear grasp of the relationships between the structure of matter and the forces acting upon it.

This method saw great success. The first such example was the three laws of planetary motion discovered by Kepler being fully explained by Newton by way of the universal gravitation that works between two particles as well as the laws of motion. Since then, this method has shown effects for over three hundred years. For example, the ultimate structure of matter was successfully traced back to atoms, atomic nuclei, nucleons (protons and neutrons), then quarks, while the responsibility for life was tracked from organs, to cells, to proteins, to amino acids, to genes (DNA). Science and medicine are not special exceptions. Modern science was formed by reductionism, and it would not be an overstatement to say that it established our current-day civilization of science and technology

(…)

Of course, it is not as if Torahiko Terada fully denied the benefits of reductionism, as a capable scientist himself. He was encouraged by his pupil taking up research on the analysis of X-rays, and Japan continues to lead the world in the field of crystallography.

Terada's Eshin (Change of Heart) led the world by more than fifty years. The unwavering belief in reductionism started to be reconsidered once we entered the 1960s as we began to see the rise of research that understood complex systems as a whole and explained their laws. Terada had long pointed out the importance of fields that we now call chaos, nonlinear waves, dissipative structures, fractals, ecosystems, and genetics. He quickly understood the value of continental drift, and his essays on volcanoes, earthquakes, and the formation of the Japanese islands were predecessors to plate tectonics. Though ridiculed as a "traveling circus physicist" or a "physicist of hobbies," one can say that Terada grasped the depths of nature and raised a question. His ability to keep an eye on so many fields was in part because he lived in an age when specialization was not as extreme as it is now, but also because of his broad field of view that allowed him to understand nature as a whole.

Ⓒ 关于避免撞击事故而设置的汽车自动刹车的国际标准由联合国机关制定，国土交通省（国家交通部）于 28 日正式发表。自动刹车装置要具有避免与人行道上的行人撞击的性能。明年一月生效，然后国土交通按照保证安全的标准核对，在国内应用。新销售的安装车辆要求具备国际标准以上的性能，安全性的确保指日可待。

应用开始时期还未定。围绕着自动刹车，国内新车的安装率 2017 年达到了 78%，可是关于性能却没有统一的标准。厂家及车型都不一样。还有，与高龄者有关的交通事故接连发生，政府在年内要对新车的自动刹车安装义务化制定结论性的方针。

国际标准是 "在视线较好的道路上时速 30 公里行驶时，不会与时速 5 公里的过路行人相撞"，此外还有 "时速 40 公里行驶时，不会与停着的车相撞" 及 "时速 60 公里行走时，不会与时速为 20 公里的车相撞"。

国土交通省已经规定的汽车自动刹车性能认定制度里没有与行人相关的事项。不过大厂家的上层人士说 "可以与现行的性能标准相对应"。关与避免与行人撞击，各大厂家都在研究怎样才能避免与夜间及从暗处突然出现的行人等发生的重大事故。别的大厂家的负责人说 "不管标准如何，都要加大技术开发"。

Ⓥ Tiêu chuẩn quốc tế về phanh tự động của xe ô tô bốn bánh thông thường để tránh tai nạn va chạm được tổ chức Liên hợp quốc tập hợp và Bộ Giao thông quốc thổ thông báo vào ngày 28. Tiêu chuẩn nêu tính năng cần thiết để tránh va chạm với người đi bộ qua đường v.v…Tiêu chuẩn này sẽ có hiệu lực từ tháng 1 năm sau sau đó Bộ Giao thông quốc thổ sẽ phản hồi vào Tiêu chuẩn bảo đảm an toàn và áp dụng trong nước. Những xe có phanh tự động được bán ra mới sẽ bị yêu cầu phải có tính năng đạt và vượt tiêu chuẩn quốc tế, mọi người rất mong chờ vào việc này sẽ giúp bảo đảm an toàn hơn nữa.

Thời điểm triển khai áp dụng vẫn chưa được làm rõ. Về phanh tự động, tỉ lệ đưa vào xe mới trong nước năm 2017 lên tới 78% tuy nhiên chưa có tiêu chuẩn thống nhất về tính năng này, vẫn có sự chênh lệch giữa các hãng và các dòng xe. Bên cạnh đó, trong bối cảnh liên tiếp xảy ra tai nạn liên quan đến người cao tuổi, chính phủ đưa ra chủ trương sẽ có kết luận trong năm nay về nghĩa vụ phải gắn thiết bị phanh tự động lên các xe mới. Trên cơ sở thiết lập tiêu chuẩn quốc tế lần này, tranh luận đang đi vào cốt lõi.

Tiêu chuẩn quốc tế quy định "Khi đang chạy với vận tốc 30 km/h ở đường có tầm quan sát tốt không đâm vào người đi bộ đi qua đường với vận tốc 5 km/h" Ngoài ra còn có quy định "Khi đang chạy với vận tốc 40 km/h không đâm vào xe đang dừng""Khi đang chạy với vận tốc 60 km/h không đâm vào xe đang chạy với vận tốc 20 km/h"

Chế độ công nhận tính năng của phanh tự động mà Bộ Giao thông quốc thổ đã áp dụng không có điều kiện liên quan đến người đi bộ. Tuy nhiên, các quản lý của hãng sản xuất ô tô lớn giải thích rằng "Có thể đáp ứng bằng tiêu chuẩn tính năng hiện có" đối với tiêu chuẩn quốc tế. Về việc tránh va chạm với người đi bộ, các hãng sản xuất ô tô đang nỗ lực giải quyết các trường hợp dễ gây ra tai nạn nghiêm trọng như người đi bộ bất ngờ nhảy ra buổi đêm hay từ góc khuất, người phụ trách một hãng sản xuất ô tô lớn khác cho biết "Chúng tôi sẽ tiếp tục phát triển kĩ thuật hơn nữa cho dù có tiêu chuẩn quốc tê hay không".

Lesson 26

E Let us look at how acts of caring for a child by a parent develop. Naturally, this discussion will be limited to creatures that can reproduce multiple times, looking at how acts of childcare improve as the parents themselves develop.

Creatures that can only reproduce once in their life must be able to do their job as parents well the moment they become one, and since that is the one and only time they will do so, all childcare acts should be embedded in their genes. However, while creatures such as humans and other primates are capable of reproducing multiple times during a lifetime, each and every one of their children is important, so it is not as if they can use their first or second children as practice, allowing them to die if they fail while raising them. In other words, no matter the animal, they must be capable of skilled acts of caring for a child by a parent from the start.

For example, let us look at acts of caring for children by dog and cat mothers. Even if they are giving birth for the first time, the mother is immediately eager to lick the bodies of their babies, allowing them to drink her milk, encouraging them to eliminate bodily waste, and will grab them by the neck and return them to a close location if they stray far. The survival of their children will be at stake if they could not perform any of these acts well, so the majority of them are embedded in their genes and controlled by hormones.

However, whether dogs or cats, first-time mothers are still awkward, making many mistakes. As many acts of caring are complex, it seems that individual parents must learn their details through trial and error.

Furthermore, when a mother detects danger approaching, she will move all her children to a safe place. There is no shortage of praiseworthy stories of canine and feline mothers doing just this. For example, a cat mother who lived in South Italy taking one child at a time far away hours before a major earthquake struck, or a tiger mother moving her children to a safe location right before a flood. There are many such stories that display their shocking abilities. However, I am unsure of whether there is a difference between first-time mothers and experienced mothers when it comes to the appropriateness of such acts.

In this way, while it should be a problem if a mother cannot care for a child well from the start, there is plenty of space for animals who reproduce multiple times to get better at acts of childcare as they gain more experience.

C 我们看看父母对孩子的照顾行为是怎么发展的吧。当然，这只限于能繁殖几十次的生物，伴随着父母自身的发展，培养孩子的行为是如何发展的情况。

一生只繁殖一次的生物，在成为父母的那一瞬间，就必须圆满地履行自己的职责，因为繁殖就只有这一次，并且所有培育孩子的行为都是被编纂到遗传基因里的。但是，以人类为首的灵长类这种一生有无数次繁殖机会的生物，因为生下来的每一个孩子都很重要，第一次、第二次是练习，并不意味着可以中途失败或者夭折。也就是说，父母对孩子的照顾，不管是什么动物，从最开始就必须做得很好。

例如，狗或者猫妈妈是怎么照顾孩子的呢。即使是第一次产子，动物宝宝一出生，母亲就会不断地舔着动物宝宝的身体，直到干净为止，让它们喝奶、催促排便，宝宝一点离开远一点，就会叼住它的脖子，让它回到自己身边。像这样的行为，第一次如果做得不好，会关系到孩子的生命，所以大部分都潜藏在遗传基因里，由荷尔蒙来支配。

但是，对于猫或者狗来说，第一次做母亲并不那么心情舒畅，还是会犯很多错误。很多照顾的行为很复杂，个别的母亲必须通过改正自己的各种错误和细节来学习。

而且，在感知到危险降临时，母亲会将所有的孩子转移到安全的地方。猫科或犬科的动物母亲，在这一点上有多优秀，这在"美妙故事"中是缺少不了的。比如，住在南部意大利的猫妈妈，在大地震到来的数小时前，将自己的孩子一个一个地衔到远处；印度的老虎妈妈，在洪水到来之前，将孩子转移到了安全的地方。描述他们让人惊奇的能力，其实这样的故事有很多。但是，我不知道这些行为的合适性是否与初次生产的母亲，还有已经生过孩子的母亲有何区别。

总之，第一次养孩子如果不懂怎么做，就应该会感到不舒服。

像这样，虽然养孩子最初的时候比较痛苦，但是，在具有多次繁殖能力的动物经验上，培养孩子也越来越留有余地了。

V Chúng ta hãy xem hành vi chăm sóc con của cha mẹ phát triển như thế nào. Đương nhiên đây chỉ giới hạn trong câu chuyện về hành vi nuôi con phát triển thế nào cùng với sự phát triển tự thân của cha mẹ đối với những sinh vật có thể sinh sản nhiều lần.

Với những sinh vật chỉ sinh sản một lần trong đời, vì chúng phải làm tốt công việc làm cha mẹ ngay khi trở thành cha mẹ, và việc này là lần đầu cũng là lần cuối nên toàn bộ hành vi chăm con của chúng đã được định sẵn trong bộ gen di truyền. Tuy nhiên, ngay cả loài động vật có khả năng sinh sản nhiều lần trong đời như loài linh trưởng mà tiêu biểu là con người, vì mỗi đứa con ra đời đều rất quan trọng nên không có chuyện đứa thứ nhất hay thứ hai là để tập luyện có thất bại làm chúng chết giữa chừng cũng không sao. Có nghĩa là, hành vi chăm sóc con của cha mẹ đều phải làm khá tốt ngay từ đầu bất kể cha mẹ là loài động vật nào.

Ví dụ ta hãy xem hành vi chăm con của chó mèo mẹ. Cho dù là lần sinh sản đầu tiên nhưng ngay sau khi đứa con sinh ra mẹ chúng sẽ lập tức dùng lưỡi liếm sạch cơ thể chúng, cho bú, giục chúng đi tiêu tiểu, nếu chúng có định đi ra xa mẹ chúng sẽ ngoạm cổ và lôi chúng trở lại gần. Những hành động này nếu không làm tốt ngay từ đầu có thể ảnh hưởng đến sự tồn vong của đứa con nên phần lớn chúng được lập trình sẵn trong bộ gen di truyền và được chỉ đạo bởi hóc môn.

Tuy nhiên, ngay cả loài chó và loài mèo, người mẹ trong lần sinh sản đầu tiên khá vụng về và sai sót rất nhiều. Vì hầu hết các hành động chăm con đều khá phức tạp nên mỗi bậc làm cha mẹ đều phải vừa làm vừa rút kinh nghiệm từng phần chi tiết nhỏ.

Ngoài ra, khi đánh hơi thấy có nguy hiểm, mẹ sẽ chở cả đàn con di chuyển sang chỗ an toàn. Có không ít các câu chuyện cảm động cho thấy con mẹ thuộc loài động vật họ chó hay họ mèo ưu việt thế nào về điểm này.Có rất nhiều câu chuyện cho thấy năng lực đáng ngạc nhiên của chúng ví dụ như con mèo mẹ sống ở miền nam nước Ý đã gặm từng đứa con chở đi thật xa vài giờ trước khi động đất lớn xảy ra, hay con hổ mẹ sống ở Ấn Độ đã di chuyển các con về nơi an toàn ngay trước khi lũ cuốn. Tuy nhiên tôi không rõ sự thích hợp của hành động ấy có khác nhau giữa mẹ sinh lần đầu vơi mẹ đã có kinh nghiệm hay không.

Như vậy có thể thấy việc nuôi con nếu không làm tốt ngay từ đầu thì rất vất vả tuy nhiên ở những loài động vật sinh sản nhiều lần, hành vi nuôi con còn nhiều khả năng được cải thiện tốt lên khi có nhiều kinh nghiệm.

Lesson ㉗

Ⓔ "I'm going to be late again tonight," Tatsuo said as he left home.

"Hey, Mom. Let's go to South America," Daiki said, seeming high-spirited.

"Make sure not to say anything weird at school. Of course things like UFOs and aliens don't exist," Minako said, driving the point home as she sent them off.

Misaki left in a huff without even saying she'd be on her way. Really, children only think about themselves. Minako cleaned up the kitchen, tossed the laundry into the washing machine, and started cleaning. The TV had been left on and was showing a talk show, but she could barely hear it over the sound of the vacuum. Still, UFOs again? What was her husband thinking about?

That spring, Tatsuo had been formally promoted to section chief. It was an average promotion inside the company, and he seemed more relieved than happy. He of course got busier, and his overtime increased. Even when he was at home, his cell phone rang nonstop. She could understand, as he was now responsible for the work done by those under him as well. He rarely joined the dinner table at home. Even on days off, he often left home to entertain business contacts by playing golf. Minako couldn't help but sympathize, thinking that this was happening even though they'd bought their own home, but there was no one she could resent, as this was the fate of a salaryman. As a former office lady, she knew that much.

Her eyes happened across a bookshelf while she cleaned the parlor. The Japanese style room, six tatami mats in size, was meant for receiving visitors, but as they did not normally have any visitors, Tatsuo had put in a reading desk and bookshelves and used it in place of a study. The majority of the books were on business, but she found the letters "UFO" among the lined spines. Not just on one or two books, either. Without thinking, Minako brought her face close to them. "UFO Phenomena 2010," "Confidential UFO Stories," "Paranormal Phenomena and UFOs." A lineup of hair-raising titles. No way. When had this happened…?

She grabbed one book and flipped through its pages. It was nonsense. First of all, its illustrations and its layout were at a low level as well. She hadn't even heard of the publisher before.

Just as I wondered what he was reading… She sighed to herself. There was also an envelope from a travel company on the bookshelves, and inside it was a pamphlet, "South American Trips: Tour the Nazca Lines." Hold on, give me a break. Minako scowled. The price was listed at 380,000 yen and up. Blood rushed to her head.

More importantly, this was Tatsuo. What exactly did this mean? Did he actually believe in UFOs and have an obsession with them?

Ⓒ "今天回来也会很晚"达夫留下这句话就离开家了。

"唉！妈！我们去南美吧！"大树兴奋地说。

"在学校千万别胡乱说啊！什么 UFO 啦宇宙人啦，根本不会有。"

美奈子这样叮嘱着送大树出门。

美咲也不打个招呼就跑出去了。孩子们真的都各顾各的。

美奈子收拾完厨房，把要洗的衣服放到洗衣机里，然后开始打扫房间。一直开着的电视正在播放"ワイドショー"节目。不过，因为吸尘器的声音太大，根本听不见。美奈子根本不在意，她在意的是丈夫又提起 UFO，不知道丈夫在想什么。

达夫今年春天很幸运被提升为课长了。这个年龄在公司晋升为课长也是很正常的，所以他本人与其说是高兴，不如说松了一口气。当然比以前忙了，加班也多了。在家也是手机响个不停。因为对部下的工作也要负责，所以可以理解。平日几乎很少跟家人一起吃晚饭，休息天也要去陪打高尔夫，好容易买了自己的房子却经常不在家。美奈子只能同情他，这就是工薪族的宿命，不会对此有抱怨的伴侣。美奈子曾经也做过 OL（办公室女职员），这点儿事她明白。

清扫客厅时，她不由得把眼睛放在书架上，6 个榻榻米大的日式房间是客人用的，可是平时没客人来，所以达夫就把写字台和书架放进来，当作书房使用。一大半是商务书，可是在书的侧面封皮上有「UFO」的文字，还不是一两本。美奈子不由得凑近一看，有《UFO 现象文件 2010》、《UFO 的秘密》、《超异常现象与 UFO》等惊人眼目的书名摆在书架上。"唉？简直难以相信，这是从什么时候买的？"她拿出一本翻了翻，不是什么正经的书。插图和排列布局水平都很差。发行人也是根本都没听说过的出版社。

"我还以为他在看什么书呢 …"。美奈子叹了口气,发现有一个旅行公司的信封,打开一看,里面有《南美之旅·纳斯卡地上画之旅》的介绍。"得了!饶了我吧!"美奈子皱起眉头,看到费用是《三十八万日元》时,气得热血一下子穿到脑门上来了。

Ⓥ "Hôm nay anh về muộn nhé!", Tatsuo nói rồi ra khỏi nhà.

"Mẹ ơi, đi chơi Nam Mỹ đi", Daiki đầy vẻ tưng tửng.

"Ở trường đừng có nói mấy điều kì cục nha. Nào là đĩa bay, nào là người ngoài hành tinh, làm gì có chứ!" Minako vừa nhắc nhở vừa tiễn ra cửa.

Misaki thì không nói không rằng ngúng nguẩy đi ra khỏi nhà. Thật đứa nào cũng chỉ biết nghĩ đến bản thân mà thôi. Minako lau chùi bếp, cho đống bát đĩa vào máy rửa bát và bắt đầu dọn. Tivi vẫn đang bật chương trình phân tích thời sự nhưng tiếng máy hút bụi khiến chẳng nghe được gì cả. Sao mà lại nhắc đến đĩa bay cơ chứ. Không biết ông chồng nhà mình đang nghĩ gì nữa.

Mùa xuân vừa rồi Tatsuo được lên chức trưởng phòng. Cũng là mức thăng tiến trung bình trong công ty nên chồng cô có vẻ thở phào nhẹ nhõm hơn là phấn khởi. Tất nhiên là sẽ bận hơn, làm thêm nhiều hơn. Có ở nhà thì di động cũng kêu liên hồi. Cô cũng hiểu vì anh còn có trách nhiệm với cả công việc của cấp dưới. Ngày thường hầu như không bao giờ ăn tối cùng mọi người. Ngày nghỉ thì cũng vắng nhà thường xuyên vì đi đánh golf với khách. Cô không khỏi thương cảm cho chồng vì căn nhà riêng mãi mới mua được mà không được ở mấy nhưng đây là thiên chức của một người làm công ăn lương rồi nên chẳng oán thán ai được. Ngày xưa cô cũng từng đi làm nên cô hiểu điều đó chứ.

Lúc dọn phòng khách cô bỗng dừng mắt trước giá sách. Phòng kiểu Nhật rộng 6 chiếu dùng cho khách nhưng thường không có khách tới nên Tatsuo đặt một bàn làm việc và giá sách vào đó thay cho phòng làm việc. Đa số là sách thương mại nhưng lẫn trong dãy gáy sách có dòng chữ "UFO". Mà không phải một hay hai quyển. Minako bất giác tiến gần lại nhìn. "Những hiện tượng UFO 2010", "Những chuyện chưa kể về UFO", "Hiện tượng siêu nhiên và UFO". Toàn những tiêu đề giật mình. Không thể tin nổi. Không biết mấy quyển này có từ khi nào …

Nhấc một quyển lên lật vài trang. Hóa ra là loại sách nhảm nhí. Bố cục lẫn hình minh hoạ đều kém. Nơi phát hành cũng là nhà xuất bản chưa từng nghe qua bao giờ.

Không biết đọc cái gì nữa… Cô thở dài. Trên giá sách còn có cả phong bì từ công ty du lịch. Xem bên trong thì có tờ quảng cáo "Du lịch Nam Mỹ, tour tranh vẽ trên cao nguyên Nasca". Trời ơi tôi xin đấy. Namiko cau mặt. Giá tiền là "38 vạn yên". Máu dồn ứ lên mặt.

Vấn đề là Tatsuo. Không biết định làm gì nữa. Không lẽ ông ấy tin là có UFO và đang say mê chúng.

Lesson ㉘

Ⓔ Being a sibling means you can be a kid forever. Having someone I can speak this closely with means I can nearly forget that this is a fairly serious problem that affects only my life, even if they are a relative.

Either way, I felt like I wouldn't be able to forget about Takahashi for the time being. Even if the worst did happen, my mind wasn't made in a swift enough way that I would be able to get right back up. I was already living a life where everything took an awful lot of time.

I wasn't the type who couldn't live without a man to begin with, and Takahashi was special. He was the only one who could make me annoyed, make me sad, and make me so happy. I feel like that was the kind of chemistry we had. It just so happened that he was always on the move, while I was always sitting still, accepting and thinking.

As something like the typical elder daughter of my family in my own slow way, he may have been the one person to whom I could show my true dependent personality.

And in the end, the worst didn't happen.

I sent him three text messages that tried to say I wanted to meet him no matter what without writing the words "I'm going to meet you." I left two voice messages saying the same thing.

"I don't care how it ends, I just want to talk. If we don't talk, I'm going to be left hanging and unable to move forward, so I think it would be better if we do it properly. I just want to see your face and have a real talk," I said, in the least sad voice I could muster.

But he didn't reply.

That's why I took three nights' worth of luggage with me, just in case, and headed to the town Takahashi lived in. I booked a business hotel near the station and waited for it to be night.

To be honest, I was a little happy when I dropped my bags off and went to eat lunch alone. I would probably get to see his face tonight. Then, when he saw my face, he'd turn back to normal himself, think fondly of the old times, and surely start talking about all kinds of things, in a chatty kind of way... That's what I thought. Just the thought that Takahashi was in this town made me happy. Just the thought that he must have eaten lunch at this place too made me heartbroken.

Ⓒ 一直是兄弟姐妹,就能永远跟孩子一样。虽说是自己的家人,但身边有个能像这样交谈的人,有时候甚至会忘记自己的人生中那些比较严重的问题。

无论如何，一段时间内，我想，自己是不会忘记高梨君的。就算得到的是最坏的结果，我大脑的结构还是没到能够立刻神速恢复的地步。在我的人生中，平时做任何事情都会花费很长时间。

原本我不是少了男人就活不下去的类型。但是高梨君对我来说是例外。只有他会让我焦急、悲伤、无比快乐。我们很投缘。他总是主动，而我会一直被动地思考。这就是我们的命运。

我在家里笨手笨脚地像个大姐，而唯一能够让我真正发挥自己依赖性的人就是他。

然而，结果也不是最坏。

我没有写"我去见你"，而是发了三封务必想和你谈谈的邮件。并且，电话留言也留了两次同样的信息。

"事情到何种地步都没关系，我想和你谈谈。如果我们不沟通，任其自由发展，就不会有将来，所以，要处理好这件事。总之，我想见你本人，和你好好谈谈。"

我尽量用不是特别难过的声音说。

但是，他没有回复我。

所以，为了保险起见，我带了三晚上的行李，踏上了去高梨君居住的街道之旅途。

预定了车站附近的商务酒店，我等着晚上的到来。

放下行李，去吃午餐的时候，说实话，我有些开心。今晚一定能见到他。而且，他见到我，会想我、他又恢复了心情，我们还会促膝交谈，在和谐的气氛中……，我想。只要想到高梨君还在这条街上，我就很高兴。只要想到他有时候也会在这里吃午饭，我也就不再难过。

Ⅴ Cứ là chị em thì mãi mãi vẫn được là trẻ con với nhau. Có được người gần gũi nói chuyện thế này, thì dù là ruột thịt đi chăng nữa vẫn khiến ta có thể quên đi vấn đề khá nghiêm trọng của cuộc đời mình.

Mà thế nào thì tôi nghĩ chắc chưa thể quên cậu Takanashi ngay được. Bởi vì não tôi không có được cấu tạo nhanh nhạy để vực dậy ngay được nếu một kết cục xấu nhất có đến. Tôi vốn đang sống một cuộc đời mà vốn dĩ bình thường làm gì cũng đã vô cùng mất thời gian rồi.

Tôi vốn chẳng phải tuýp người không thể sống thiếu đàn ông, mà cậu Takanashi cũng là trường hợp đặc biệt. Chỉ có cậu ấy là làm tôi thấy bực bội, làm tôi buồn, rồi lại làm tôi vô cùng vui. Tôi có cảm giác chúng tôi là kiểu như thế. Người kia lúc nào cũng vận động còn tôi thì ngồi im suy nghĩ thụ động đủ thứ, cứ tự nhiên mà như thế.

Với một người vụng kiểu chị cả như tôi thì thì cậu ấy là người duy nhất mà tôi có thể dựa dẫm mà thể hiện được tính cách thật của mình.

Và kết quả cũng không phải là quá tồi.

Tôi không viết là "sẽ đến" mà nhắn tin ba lần với ý rằng rất muốn nói chuyện. Rồi cũng nhắn vào hộp thư thoại hai lần với nội dung tương tự.

"Muốn ra sao cũng được nên tôi muốn nói chuyện. Không nói chuyện được với nhau thì tôi cứ lơ lửng mà không nhích thêm được bước nào, nên chỉ cần một chút thôi cũng được. Tôi muốn gặp mặt để nói chuyện cho rõ ràng."

Tôi cố chêm vào giọng không hề sầu não.

Nhưng chẳng có hồi âm.

Vì thế tôi cẩn thận mang theo đồ dùng ba đêm để đến thành phố cậu Takanashi đang sống.

Đặt một phòng trong khách sạn gần ga, tôi đợi đêm xuống.

Lúc để hành lí lại đi ăn trưa một mình nói thật là tôi có thấy một chút vui. Chắc chắn đêm nay tôi sẽ được nhìn thấy khuôn mặt cậu ấy. Và nhìn thấy tôi rồi cậu ấy sẽ quay về như xưa, thấy nhớ nhung và chúng tôi lại có thể nói chuyện nhiều với nhau, trong bầu không gian tan chảy… tôi mong như thế. Chỉ nghĩ có cậu Takanashi trong thành phố này là tôi thấy vui rồi. Chỉ cần nghĩ cậu ấy cũng đã từng ăn trưa ở đây thôi là tôi cũng thấy xót xa.

Lesson ㉙

Ⓔ The next case is one that has become harder to treat with advancements in technology, as people who will back up delusional complaints join in. Of those who back these up are people who have delusions of their own, scientists who claim that phenomena whose truth is uncertain to be scientifically true in order to bolster their achievements, as well as people who just want to make money, whether something is a delusion or the truth. Whatever the case, this could not be any more troublesome for a psychiatrist.

Let me give another specific case while we think about this.

One day, a housewife named Ms. K in her 40s came to my office and began speaking in a serious tone. "I came here today because I want you to also prove that I'm not sick. I've already had other doctors prove it, but my husband says he won't believe it so long as I don't have a certificate from a psychiatrist."

When I asked Ms. K what kind of certificate she needed, she took out a number of other medical certificates. Looking through these, I saw the name of an illness I had never heard of, "electromagnetic hypersensitivity," with the quotation marks attached. When I confessed to her, saying, "Um, I have not studied this field and am not very knowledgeable about this illness," this woman, dressed very properly, took newspaper clippings and copies out of her bag, as if she had been waiting for my reaction, and told me to look at them.

"You may not know it because the diagnosis doesn't have an official medical name yet. But doctors who are conducting cutting-edge research have already recognized it. See, look at these medical certificates. These are by famous doctors with medical doctorate degrees."

Now I understood. The quotation marks were around the name of the illness on the certificates because there was no official name for the diagnosis. (...) After receiving a general explanation about this illness, that "My eyes hurt, my eyes throb," "My skin gets red," "My nose runs and I sneeze," "My head gets hot and bloats," "I get headaches, dizziness, and joint pain," "My limbs get numb," "and more, Ms. K puffed out her chest and said "I was diagnosed as having this as well."

C 下一个案例，随着科学技术的发展，作为支持妄想控诉的人们也加入了妄想队伍，让治疗变得更加的困难。在作为这些后盾的人们当中，有自己是妄想症的人；也有为了业绩，将不明真伪的现象硬说成"在科学上是真实的"科学家；还有不辨妄想或事实，只想挣钱的人。不管哪种，对于精神科医生来说，这都是麻烦至极的事情。

我们看一个具体的案例吧。

有一天，诊所里来了一个四十岁左右的主妇·K女士。她用很认真的口吻对我说道。

"今天我来这里不是看病的，是想请大夫为我证明，我没有病。虽然其他医生也证明过，但是我丈夫说，只要没看到精神科医生的诊断书，他就不信。

K女士在我还没有问"什么样的诊断书？"之前，拿出了好几封诊断书摆在我面前。

看了其中一封，上面写着"电磁波过敏症"这种从没听说过的病，并且还加了不能完全肯定的双引号------" "。我对她坦白说道，"对不起，我才疏学浅，没听说过这种病"。这位穿得整整齐齐的女性，说了一句"就等您说这句话了"，然后从包里拿出了剪下来的报纸和复印资料，对我说"您看看这些吧。"

"这个没有正式的医学诊断名称，您不知道也无可厚非。但是，处于研究前沿的医生们已经承认了这个事实。您看，写这封诊断书的是拿到医学博士号的著名医生。"

确实如此，因为这个没有正式的诊断名，诊断书的病名用" "圈起来的。（中略）"眼睛痛、眼睛像针扎一样疼""皮肤变红""流鼻涕或打喷嚏""脸发烫、发肿"、"头疼、头晕、关节疼""手脚麻木"等，大致地说明了这种病症后，K女自信地说，"我被诊断出这种病"。

V Trường hợp tiếp theo là ví dụ về việc cùng với công nghệ phát triển lại thêm những người ủng hộ ý kiến có tính hoang tưởng nên việc chữa trị lại càng trở nên khó hơn. Trong những người ủng hộ có người bản thân có sự hoang tưởng, có nhà khoa học khẳng định hiện tượng chưa biết thật hư ra sao rằng "đây là sự thật có tính khoa học" chỉ vì thành tích của mình, và có cả người chẳng cần biết hoang tưởng hay hiện thực, chỉ cần kiếm được tiền. Tất cả đối với bác sĩ tâm lí đều vô cùng phiền toái.

Chúng ta hãy cùng đưa ra trường hợp cụ thể và suy nghĩ xem sao nhé.

Một ngày nó, chị K, 40 tuổi, nội trợ bước vào phòng khám và nói với giọng rất nghiêm túc. "Tôi đến đây là để bác sĩ chứng minh tôi không bị bệnh. Các bác sĩ khác cũng đã chứng mình rồi nhưng chồng tôi bảo nếu không có giấy chẩn đoán của bác sĩ tâm lí thì anh ấy không tin."

Trước khi tôi hỏi "chị muốn giấy chẩn đoán gì?" thì đã bày ra trước mặt tôi một loạt giấy chẩn đoán khác.

Xem qua một giấy thì thấy được viết tên bệnh chưa từng nghe thấy và đặt trong ngoặc kép là "chứng mẫn cảm sóng điện tử". Tôi thú thật "Tôi kém cỏi nên không biết về bệnh này lắm" thì người phụ nữ ăn mặc chỉnh tề như đã chuẩn bị trước lôi từ trong túi ra mẩu giấy cắt từ báo và cóp rồi nói "Bác sĩ xem đi!"

"Nó chưa phải tên y học chính thức nên chắc bác sĩ không biết. Nhưng các bác sĩ nghiên cứu hàng đầu đã công nhận rồi. Đây, người viết giấy này cũng là bác sĩ nổi tiếng có bằng tiến sĩ y khoa đấy ạ!"

Ra là vậy, vì không phải tên bệnh chính thức nên tên bệnh trong giấy được cho vào ngoặc kép. (rút gọn). Sau khi giải thích về bệnh này như "đau mắt, hoa mắt""da mẩn đỏ", "nước mũi, hắt hơi""""má nóng đỏ" thì chị K dõng dạc "Tôi cũng được chẩn đoán bệnh này!"

Lesson 30

E Most dogs in Japan used to be kept in yards. In our home as well, we received a puppy from an acquaintance, and we kept this dog in a handmade doghouse placed in our yard.

This is a story from when the dog was about three years old. As I went to give him food as always, he was not energetic, nor was he hungry. I felt that something was wrong and told my father about it, and we ended up having a veterinarian who specialized in illnesses in cattle such as cows and horses come from far away. The veterinarian told us he had a disease called filaria, and that many dogs kept in yards get it when they are young from being stung by mosquitoes. He also told us there is no medicine for it, then left. We moved our weakened dog to a hall in our house and gave it good food, but despite us tending to him, he soon died. Scared of filaria, we gave up on dogs and began taking care of a cat, but after about five years, my dog-loving father could no longer take it and decided to care for a dog once more. This time, instead of taking care of him outside, we cared for him inside our home.

Unlike before, we lived with this dog around the clock. We learned to understand each other, and my relationship with him became deeper than with other dogs we had in the past. He also did not get filaria as we feared and lived to be twelve. This was on the longer side for dogs of his breed.

After that, I continued to live with dogs even once I became an adult and got married, but the fear of filaria was always there in a corner of my mind. Then, one day, I learned there was a medicine at animal hospitals to prevent filaria. Ever since then, I had my dogs regularly take this preventative medicine every year. Thanks to that, they were able to live even longer. Also, along with animal hospitals, the number of veterinarians who focus on pets increased quite a bit.

Then, in the news lately, I learned that owners of dogs and cats would be required to install into them microchips with information about their owners. This was a landmark revision of the law, not only allowing people to immediately figure out a pet's owners even if they stray from them in situations such as natural disasters, it also prevents owners from easily "throwing pets away." Penalties were also established, and we can expect this to stem animal abandonment to some degree.

While things are only changing gradually over a long period of time, I think we can say that the situation is moving forward towards creating an environment where dogs and cats can live healthy lives and not be treated in unjust ways.

C 在日本，以前狗几乎都养在自家的院子里。我家也有从认识的人那里领来的一条狗，养在我家院子自己做的狗窝里。

那条狗三岁的一天，我跟平时一样给它喂食，可是看它没精神也没食欲。我觉得不对劲，就告诉了父亲。我们请离我家很远的给牛和马看病的兽医来过来看看，兽医说是得了一种叫丝虫的病。在院子里养的狗很多会被蚊子叮咬，然后就会得丝虫病。如果发病，无药可治，兽医说完就走了。我们把身体虚弱的狗放在家里的走廊，给它吃好吃的。尽管细心照看，不久还是死了。

因为怕丝虫病，我家不养狗了，开始养猫了。过了 5 年，喜欢狗的父亲还是忍不住又养起狗来了。这次不是在外边养，是在家里养。跟上次不同，我们 24 小时都在一起生活，好像也懂了互相说的话，关系比以前更深了。还有不用担心会得可怕的丝虫病了。它活到 12 岁，在这种狗中就算是长寿的了。

后来我长大结婚后也一直跟狗生活在一起，不过丝虫病的恐惧一直记在我的脑海里。一天我在动物医院里知道了有预防丝虫病的药了。从那以后，每年都定期地给狗吃预防药。有了那个药，狗的寿命更长了。还有随着动物医院的增多，以宠物为中心的兽医也增多了。

而且最近又听新闻说，在猫狗的体内按装一个登陆养主信息的微芯片被义务化了。这是个划时代的法案，这不仅可以帮组宠物因自然灾害走失而立刻找到养主，而且对防止遗弃宠物的现象也有效果。制定惩罚，期待着遗弃宠物的现象在某种程度上可以得到杜绝。

这虽说需要很长时间，得一点儿一点儿来，可是我觉得在让猫狗们健康生活，不受虐待的环境改善上前进了一大步。

V Ngày xưa Nhật Bản hầu như nuôi chó ngoài sân. Nhà tôi cũng xin được một con cún con từ nhà người quen và nuôi nó trong cái chuồng tự làm đặt trong vườn.

Rồi một ngày khi con cún đã tròn 3 tuổi. Tôi đi ra cho ăn như mọi khi thì thấy nó không khỏe và không muốn ăn. Thấy bất thường tôi bảo bố thì có bác sĩ thú y chuyển về bệnh cho gia súc như bò và ngựa ở cách xa nhà đến khám cho nó. Bác sĩ thú y nói tên bệnh là Filaria (bệnh giun chỉ bạch huyết), bác sĩ phàn đa số chó nuôi ngoài vườn bị muỗi đốt rồi nhiễm bệnh Flaria, khi còn nhỏ sẽ phát bệnh, và không có thuốc rồi ra về. Nhà tôi chuyển con cún đã yếu ớt vào hành lang trong nhà, cho nó ăn thật ngon nhưng mặc công chúng tôi chăm bệnh cho nó, nó chết chẳng bao lâu sau.

Sợ bệnh Filaria, nhà tôi không nuôi chó nữa mà bắt đầu nuôi mèo, nhưng khoảng 5 năm thì bố tôi thích chó quá không thể chịu đựng nổi lại nuôi chó. Lần này thì không nuôi ở ngoài mà nuôi ở trong nhà.

Khác với từ trước tời giờ, 24/24 sinh hoạt cùng nhau nên hiểu ngôn ngữ của nhau, mối quan hệt khăng khít hơn bao giờ hết. Rồi nó cũng không bị mắc căn bệnh đáng sợ Filaria mà sống được đến 12 tuổi. So với giống chó này thì có thể nói nó thuộc loại sống lâu.

Sau đó, khi tôi lớn lên, sau khi kết hôn cũng sống cuộc sống có cho nhưng nổi sợ hãi căn bệnh Filaria luôn canh cánh trong lòng. Và một ngày tôi được biết đến thuốc phòng bệnh Filaria tại bệnh viện thú y. Kể từ sau đó năm nào tôi cũng cho nó uống thuốc phòng bệnh định kì. Nhờ vậy mà tôi đã khiến nó sống laai. Bên cạnh đó, cùng với bệnh viên thú y thì bác sĩ thú y chuyên về thú cưng tròn nhà cũng tăng lên kha khá.

Và trong bản tin thời sự gần đây tôi mới biết phải đeo con chip micro có ghi lại thông tin chủ nuôi lên cơ thể chó mèo. Đây là bước cải cách luật mang tính bước ngoặt, không chỉ xác nhận được ngay chủ nuôi của trong trường hợp bị lạc vì thiên tai mà còn có hiệu quả phòng chống việc vứt dễ dàng chó mèo đi. Hy vòng còn có thêm xử phạt để chặn lại phần nào việc bỏ rơi chó mèo.

Phải trải qua thời gian dài và từng chút một nhưng có thể nói môi trường cần thiết đang ngày được hoàn thiện sẽ chó và mèo đang được sống khỏe mạnh, không phải chịu sự đối sử.

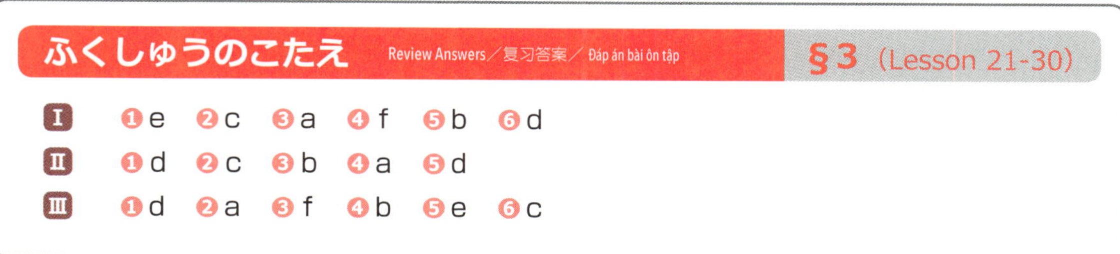

ふくしゅうのこたえ   Review Answers／复习答案／Đáp án bài ôn tập   §3 (Lesson 21-30)

I   ❶e ❷c ❸a ❹f ❺b ❻d

II ❶d ❷c ❸b ❹a ❺d

III ❶d ❷a ❸f ❹b ❺e ❻c

31 老眼鏡
ろうがんきょう

Reading Glasses ／花镜／ Kính lão

　はじめて老眼鏡を注文に行ったとき、私の機嫌はあまりよろしくなかった。

「眼鏡はひとつでよろしいですか」

若い男の店員が丁寧にたずねるのも癪にさわる。

眼性*1 がいいとおだてられ、遠くの看板の字が読めると威張っていた分だけ早く、近場が見え難くなっていた。なんのかんの言ったところで、年をとったのである。

　否が応でも、それを悟らされている。

　おまけに、老眼鏡の高いこと。その辺のブラ下りのお洒落用サングラスの三倍もする。今まで、眼鏡のお世話になったことがないだけに、そこのところも腹がたってならない。

　靴下やパンティじゃあるまいし、穴があいたりゴムが伸びたりするわけじゃないだろう。こんなもの二つも買うお人好しがいるか。

　年寄りが眼鏡が見あたらないといってうろうろしているのは見たことがあるが、そこまでボケてはいないのだ。

「ひとつで結構です」

私は、威厳をもってこう答えた。

やがて、老眼鏡は出来上った。

細かい字がハッキリ見える。私は、辞書を開き、「亀」という字を引いたりしてしばらく楽しんだ。

　老いの悲しみと屈辱のなかにも、ささやかな喜びはある。

　ところが、しばらくたつと、扱いが手荒かったのか、眼鏡の枠の具合が悪くなってきた。小さなねじがゆるんできたのである。

　そういうときのために、小さなねじ回しをサービスにもらっていたので、早速取り出して直そうとして気がついた。焦点がはっきりしないのである。

老眼鏡の具合を直すためには、もうひとつ老眼鏡がいるということが判った。

（『新装版 霊長類ヒト科動物図鑑』向田邦子　文春文庫より）

＊1　眼性：目の性質。
＊2　ブラ下がり：ここでは、客が自由に見られるよう、商品の見本をチェーンなどにつないで置いてある状態。

Vocabulary

□ よろしい：結構だ、好ましい。「よろしくない」は好ましくない、よくない、気に入らないことを表す。

□ 癪にさわる：何かが気に入らなくて腹が立つ。

□ なんのかんの：あれこれ。いろいろ。

□ 否が応でも：どうしても。何がどうであっても、必ず。

□ 威厳：dignity, confidence ／尊严／ quyền uy

□ 屈辱：humiliation ／羞辱／ thóa mạ, lăng mạ

□ ねじ回し：ねじを回す道具。

🔑 〜たところで

〜しても、期待した結果は得られないことを表す。

EX1 いくら急いだところで、もう間に合わない。

EX2 何度頼んだところで、彼は引き受けてくれなかった。

🔑 〜では /じゃあるまいし

「〜ではないのだから」という意味を表し、後で否定的なことを述べる。相手を非難するときによく使う。

EX1 子どもじゃあるまいし、そんなことで泣かないでよ。

EX2 学生じゃあるまいし、いつまでも親に頼ってはいけない。

CHECK

Q1 老眼鏡を注文に行ったとき、私の機嫌があまりよくなかったのはどうしてですか。

Q2 どうして、もうひとつ老眼鏡が必要なのですか。

Lesson 32　アリバイ作り

Creating an Alibi ／制造不在犯罪现场的证明
／Tạo bằng chứng ngoại phạm

彼の発案した偽アリバイとは、いたって単純なものだった。日曜出勤して午後はずっと社内にいた、と思わせておいて、実際にはある盲点を利用してビルを出入りし、犯行を行なうのだ。盲点とは、五階のトイレの窓だ。オフィス内の窓は嵌め殺し*1だが、この窓は手前に引けば大人が出入りできるだけ大きく開く。ここだけ蝶番*2が壊れているためだった。そして、開いた窓の2メートル弱ほど向こうには、隣接する6階建てのオフィスビルの窓があった。思い切ってジャンプすれば飛び移ることが可能だ。

（中略）

隣りのビルが近いからといって、まさか彼がその間の空間を飛んだと疑う者などいるわけがない。警察がそんな疑惑を口にしようものなら、「あいつにはとてもとても。登山家の装備を使ってもできませんよ」と一笑に付してくれるはずだ。

日曜のこの周辺は人や車の通行もほとんどなく、飛び移る瞬間を目撃される心配は限りなくゼロに近い。その点でも、彼はこの偽アリバイ作りが成功することを確信していた。唯一の危惧は警備員の小松が思いがけず五階に上がってきて彼の不在に気づくことだが、その場合も「腹を壊してトイレに行っていた」だの「気分が悪くなって応接室のソファで休んでいた」だの、状況に応じて言い逃れの方便はいくらでも考えられる。

（中略）

彼は窓枠に左足を掛けて、大きく深呼吸をした。日曜出勤なので、服装はいたってラフなものを着ている。ポロシャツもコットンパンツも充分ゆとりがあるもので、跳躍の妨げになることはない。彼は準備運動に肩を回し、アキレス腱を伸ばしてから数回屈伸をした。

わざわざ下を見下ろし、二つのビルの敷地を分かつコンクリートの形式的な塀や、その手前の植え込みなどを眺めたが、あそこへ落ちたらどうなるだろう、という不安はさらさら起きなかった。ベッドから降りようとして、足を挫いたらどうしよう、と怖がる者がいないのと同じ理屈だ。

彼はもう一度大きく息を吸うと、窓枠を力いっぱい蹴った。

（「落とし穴」『ジュリエットの悲鳴』有栖川有栖　角川文庫）より

＊1　嵌め殺し：光を入れるのが主な目的で、壁に直接固定され、開けたり閉めたりできない窓。
＊2　蝶番：hinge／铰链, 合叶／bản lề

Vocabulary

□ 発案(する)：案を考え出すこと。

□ 偽：うその。

□ アリバイ：犯罪が行われた時に、別の場所にいたという証明。

□ 盲点：だれもが見落としやすいこと。

□ 隣接(する)：建物がすぐ隣にあること。

□ 装備(する)：必要なものを取り付けること。また、付けられたもの。

□ 目撃(する)：事件や事故が起きた場所にいて、実際にそれを見ること。

□ 不在：その場所にいないこと。

□ 言い逃れ：言い訳をして、自分に対する責めや非難から逃げようとする。

□ 方便：ある目的のため、その場の都合に合うようにとりあえず物事を処理すること。

□ 跳躍(する)：ジャンプすること。

□ アキレス腱：Achilles tendon／跟腱／gót asin

□ 屈伸：ひざなどを曲げたり伸ばしたりすること。

□ 敷地：ある建物や道路などを建設するための土地。

□ 挫く：sprain, twist／扭伤／bẻ, vặn

🗝 ～（し）ようものなら

「Aようものなら B」の形で、「もしAをしたら／Aになったら、大変なことになる（B）」という意味です。

> **EX1** 部長は時間に厳しくて、1分でも遅れようものなら、必ず注意する。
>
> **EX2** この書類をどこかに置き忘れようものなら、大変なことになる。

🗝 ～だの

「～やら」や「～とか」のように、いくつかの例を挙げる表現。ただし、不満や批判の気持ちを含んだ表現。

> **EX1** 彼の部屋は、漫画だの雑誌などがあちこちに散らばっていた。
>
> **EX2** 彼女は、今の会社について、給料が安いだの、残業が多いだの、文句ばかり言っている。

CHECK

Q1　「偽アリバイ」を作るために、彼は何をしますか。

Q2　「Q1」をすると、どうしてアリバイになるのですか。

Lesson 33　我が家の問題

Our Home's Problem ／我家的问题／ Vấn đề của gia đình tôi

　この無邪気な弟は、両親が離婚すると知ったらどんな反応をするのだろう。図体は大きくても中身は子供だから泣いてしまうかもしれない。だいたいがおかあさん子なのだ。母だって弟には妙に甘い。

　そんなことを思ったら、もしも離婚した場合、自分と修平はどちらについていくのだろうと想像の駒がひとつ進んで*1 しまった。

　普通は母親が引き取るものだ。修平は言うまでもなく、自分だって父と二人で暮らすのなんて絶対にいやだ。だから、父は一人で家を出て行くことになる。

　思わず父を見た。なにやら不憫に思えた。

「なんだ、絵里。おとうさんの顔に何かついてるか」

　太巻き寿司*2 を頬張りながら父が言った。

「ううん。別に」視線をそらす。

　家事ひとつ出来ない父は、離婚したらその先どうやって生きていくのだろう。アパートでの一人暮らしは、若者ならまだしも、中年にはいかにもわびしい。

　そもそもこの家はどうなるのか。売り払って、そのお金を両親が折半したりして。そして自分と修平はそれぞれ一人暮らしを余儀なくされる。一家はバラバラ──。

　考えていたら気持ちが悪くなった。

「絵里、顔色悪くない？」母が言った。

「そう？　普通だけど」

「まさか勉強のし過ぎじゃないよな」

　父がおどけた口調でまぜっ返した*3。冗談のつもりらしい。

　父は普段、家族とあまり口を利かない。だからたまに会話に加わっても、ウケたためしがない。

　家にいるときの父はたいてい歴史小説を読んでいる。幕末*4 と明治維新*5 オタクで、居間の本棚は司馬遼太郎*6 だらけだ。

　食事のあとは順番に風呂に入った。父、自分か弟、母の順だ。父が家にいるときは、これが変わることはない。考えてみれば、母はどんなときも最後の入浴だ。家族が入っている間に、食事の後片付けをしている。不満を感じることはないのだろうか。

（中略）

　母は台所で明日の朝食と弁当の下ごしらえをしていた。その背中は何も物語ってはおらず、いつものルーティンワーク*7 といった感じである。

　修平は風呂を出ると部屋に籠もって*8 しまったので、テレビを見ているのは絵里だけだ。

「絵里。お弁当のリクエスト、ある？」

　珍しく居間にいる娘に、母が弁当は何がいいかと聞いてきた。

（「絵里のエイプリル」『我が家の問題』奥田英朗　集英社文庫より）

＊1　駒が進む：先に進む
＊2　太巻き寿司：食べ物の名前
＊3　まぜっ返す：話をしている横から、ふざけたことを言う。
＊4　幕末：江戸時代の末期。
＊5　明治維新：江戸時代から明治時代に移るときに行われた改革。
＊6　司馬遼太郎：歴史小説を得意とした作家。
＊7　ルーティンワーク：routine work　流れが決まっていて、同じように繰り返す作業のこと。
＊8　籠もる：じっと中にいる。

Vocabulary

☐ 無邪気な：素直でかわいらしい様子
☐ 図体：体。
☐ 不憫な：かわいそうな様子。

☐ 頬張る：食べ物を口の中いっぱいに入れる。
☐ わびしい：一緒に過ごす人がいなくて、寂しい。
☐ 折半する：お金や物などを、半分に分ける。

🔑 ～を余儀なくされる

仕方なくそうしなければならない状況になるという意味を表す。書き言葉的な表現。

EX1 雨がひどくなり、試合は中断**を余儀なくされた**。

EX2 今回の大雨によって、約300人の住民が避難所での生活**を余儀なくされた**。

CHECK

Q1　「なにやら不憫に思えた」のはどうしてですか。

Q2　絵里は、母が何について不満を感じないのだろうかと思っていますか。

Lesson 34 大学の改革
だいがく　かいかく

University Reform ／大学的改革／ Cải cách đại học

　ケンブリッジなんて古臭いことをやっているんだなんていうのはとんでもない誤解でビジネススクールなんてとうの昔につくっていますし、テクノロジー・マネジメントという、まさに日本でいま言い始められたことは30年前にそういう話があって数年前にはプロジェクトができているのです。産学協同*1 なんかもずっと進んでいます。世の中への対応がものすごく速い。それはなぜかということ、その理由は大学のマネジメントの形式にある。

　日本にそういう学長がいて、変わろうといったって、文部省*2 の認可が必要ということもまずあるのですが、それよりも教授会組織からいうとそういうことはできないのが一般的です。そういう意味で変化が非常に遅くなってしまっていることがある。これは大学の問題です。

　ところが、科学は変化しつつある。その科学的知識はさっきいったようにたんなるファクト・ノレッジ*3 ではなくて、ユティライゼーション・ノレッジ*4 もいるし、エシックス*5 もある、いろいろなものがある。それらを統合したかたちの科学をつくり出そうという目標をいまわれわれは突きつけられてもいるし、また教授自身もそういうものが必要だということはみなわかってきたのです。大学改革というのは大学を独立行政法人*6 にして経費を節約することとは別のところに本質があります。科学の変動に的確に対応する運営組織を大学がつくるということに尽きるのだと言うべきでしょう。

　しかしそれができていない。それをできるようにすることが、小中*7 の教育を進化につながって行くということを私は申し上げたいのですが、それができていないというのが現状です。

（『テクノロジーと教育のゆくえ』吉川弘之　岩波書店より）

*1　産学共同：大学などの教育・研究機関と民間企業が協力して、新しい技術や事業の開発をすること。

*2　文部省：現在の文部科学省。

*3　ファクト・ノレッジ：事実の知識。

*4　ユティライゼーション・ノレッジ：利用のための知識。

*5　エシックス：倫理

＊6　独立行政法人：省庁から独立して、公共の目的で特定の事業を行う法人。
＊7　小中：小学校と中学校。

Vocabulary

☐ 古臭い：古くて時代遅れである。

☐ 学長：大学の長。

☐ 運営（する）：組織やシステムなどが働くようにすること。

🔑 〜つつある　※レベルとしては N2 相当

ある方向に向かって進行中である様子を表す。

EX1▶ 今年に入って、景気は少しずつ回復し**つつある**。

EX2▶ このような風景は、都会からなくなり**つつある**。

🔑 〜に尽きる

「〜にすべてが詰まっている」「〜がすべてといえるほどだ」などの意味を表す。

EX1▶ 彼の演奏は本当にすごいの一言**に尽きる**。

EX2▶ 社長は常日頃から、ビジネスは信頼関係**に尽きる**と言っている。

CHECK

Q1　日本の大学は変化が遅いのは、なぜですか。

Q2　大学改革の本質とは何ですか。

Lesson
35 科学の目、科学の心①

The Eyes of Science, the Heart of Science①／科学之眼、科学之心①／
Mắt khoa học, tim khoa học①

　科学の進め方として、従来はデカルトが提唱した「要素還元主義[1]」を王道としてきた。ある現象を見たとき、そこで生じている反応や運動の規則性を記述する（これを現象論または経験則という）だけに留まらず、より基本のレベルに遡ってその原因や法則性を明らかにすべし、という方法である。より基本のレベルに遡れば、純粋なシステムとして余分な効果が取り払われるので法則がより鮮明に現れるとともに、物質構造とそこに作用する力の関係が明確に把握できるとの信念があったからだ。

　この方法は大成功を収めた。その最初の成功例は、ケプラーによって発見された惑星運動の三つの現象論的法則を、ニュートンが二つの質点[2]間に働く万有引力[3]と運動の法則によって完全に解明したことであろう。以来、この方法は300年以上にわたって有効性を発揮し、例えば物質の究極構造を原子・原子核・核子（陽子[4]と中性子[5]）・クォーク[6]へとたどることに成功し、生命作用の担い手を器官・細胞・タンパク質・アミノ酸[7]・遺伝子（DNA）へと追い詰めてきた。科学や医学も例外ではない。近代科学は要素還元主義によって成立し、現代の科学・技術文明を打ち立ててきたと言っても過言ではない。

（『生きのびるための科学』池内了　晶文社より）

[1]　要素還元主義：「全体を構成する一部の要素を理解するだけで、その物事全体の本質も理解できる」などのような考え方。

[2]　質点：物体の位置や運動を代表させるために、大きさや形を無視してとらえられた点。

[3]　万有引力：宇宙においては、すべての物体の間に互いに引き合う力が働くこと。

[4]　陽子：proton／质子／proton

[5]　中性子：neutron／中子／nơtron

[6]　クォーク：quark／夸克／quark

[7]　アミノ酸：amino Acids／氨基酸／axit amin

Vocabulary

- □ 従来：これまで。
- □ デカルト：フランスの哲学者、数学者。
- □ 提唱（する）：人々に対し、新しい意見や考えを主張すること。
- □ 還元（する）：元々の形や状態に戻すこと。
- □ 王道：物事が進むべき正しい道。
- □ 取り払う：そこにあったものを取って無くする。
- □ 信念：正しいと信じる考え。

☐ ケプラー：ドイツの天文学者。

☐ 原子：atom ／原子 ／ nguyên tử

☐ 核：nucleus ／細胞核 ／ nguyên tử

☐ 担い手：中心となって、ある仕事や役割をする人。

☐ 器官：organ ／器官 ／ cơ quan (cơ thể)

☐ 細胞：cell ／細胞 ／ tế bào

☐ タンパク質：protein ／蛋白质 ／ chất béo

☐ 遺伝子：gene ／基因 ／ gen di truyền

〜と言っても過言ではない

「〜と言っても言い過ぎではない」「まさに〜と言える」という意味。

> **EX1** 事業が成功したのは彼のおかげだと言っても過言ではない。
>
> **EX2** 彼は天才と言っても過言ではないだろう。

CHECK

Q1 「この方法」とは、どんな方法ですか。

Q2 「要素還元主義」の利点は何ですか。

Lesson
36 科学の目、科学の心②
（かがく　め　　かがく　こころ）

The Eyes of Science, the Heart of Science②／科学之眼、科学之心②／
Mắt khoa học, tim khoa học②

Grammar Target
◆〜ばこそ

（前略）

　むろん、有能な科学者であった寺田寅彦だから、要素還元主義の良さまで全否定したわけではない。Ｘ線解析の研究は弟子に引き継いで鼓舞したこともあって、結晶学において日本は今なお世界をリードし続けている。

　寺田の「回心[*1]」は、50年以上世界を先取りしたものであった。1960年代に入ってから、要素還元主義一辺倒が見直され、複雑なシステムを丸ごと捉えてその法則性を明らかにする研究が台頭してきたからだ。現代の用語を使えば、カオス、（中略）生態系、遺伝子などと呼ばれる分野で、その重要性を寺田はつとに指摘していたのである。いち早く大陸移動説を評価し、火山や地震や日本列島の形成などの試論は、後のプレートテクトニクス[*2]の先駆けであった。「小屋掛け[*3]物理学」とか「趣味の物理学」と揶揄されながらも、寺田は自然の深奥[*4]を見通して問題を提起していたと言えるだろう。これだけ多くの分野に目配りできたのは、専門分化が今ほど昂進して[*5]いなかった時代であったためもあるが、自然を丸ごと捉える彼の幅広い視野があったればこそ、なのだ。

（『生きのびるための科学』池内了　晶文社より）

[*1]　回心：これまでの誤った考え方や態度を改めること。
[*2]　プレートテクトニクス：地球の表面をおおう厚さ数十キロの層の動きから、地震や火山活動など、さまざまな地球の現象を統一的に理解しようとする考え方。
[*3]　小屋掛け：客相手に芸などを見せるためにつくった小屋。
[*4]　深奥：非常に奥が深いこと。また、そういうところ。
[*5]　昂進する：高いレベルにまで進むこと。

Vocabulary

□ 解析（する）：事物を細かく分けて細かく調べることで、本質を明らかにすること。

□ 鼓舞（する）：励まして、やる気を高めること。

□ 結晶：crystal ／水晶／ kết tinh

□ 一辺倒：そればかりであること。

□ 丸ごと：切ったり分けたりしないで、そのまま全部。

□ 捉える：逃さないようにしっかりつかむこと。

□ 台頭（する）：力を得て、その存在が知られるようになること。

□ カオス：chaos ／混乱／ thời hỗn mang

□ 生態系：ecological system/ ecosystem ／生态系统／ hệ sinh thái

□ つとに：早くから。ずっと以前から。

□ いち早く：ほかの人より早く。

□ 先駆け：物事の始めとなること。

□ 揶揄（する）：からかう。
　　（やゆ）

□ 目配り（する）：いろいろなところに注意を行き届か
　　（めくば）　　　　　　　　　　　　　　　　（ちゅうい）（い）（とど）
　　せること。

□ 引き継ぐ：take over ／接管／ tiếp nhận, tiếp quản
　　（ひ）（つ）

🔑 〜ばこそ

「ほかでもないこの理由で」という意味で、理由を強調する言い方。やや古い言い方。
　　　　　　　　（りゆう）　　　　　　（いみ）　　（りゆう）（きょうちょう）（い）（かた）　　（ふる）（い）（かた）

EX1 子どもを愛していれ**ばこそ**、厳しく育てているのです。
　　　　（こ）　　（あい）　　　　　　　　　（きび）　（そだ）

EX2 健康であれ**ばこそ**、毎日を楽しく過ごすことができる。
　　　　（けんこう）　　　　　（まいにち）（たの）　（す）

CHECK

Q1 寺田が50年以上世界を先取りしていたことは、どのようなことからわかりますか。
　　　（てらだ）　　（ねん）（いじょう）（せかい）（さきど）

Q2 寺田はなぜ、多くの分野において問題提起ができたのですか。
　　　（てらだ）　　　（おお）　（ぶんや）　　　（もんだいていき）

Lesson
37 圏外
けんがい
Out of Range ／没信号／ Ngoài vùng phủ sóng

Grammar Target
◆〜とはいえ
◆〜も同然
　　どうぜん

　　ふだんの量をはるかに越して飲んだため、足にきたようだ。
「花形営業マンのくせに、だらしねぇぞ、仲井、これぐらいで」
　笑おうとしたが、駄目だった。足がもつれて、路上に転がる。ほてった頬に、ひんやりとしたアスファルトの感触が心地よかった。

　「こりゃ、いいわ」

　人通りもまばらな裏通りとはいえ、いつまでも寝転がっているわけにはいかない。立ち上がろうとするのだが、腰の蝶番がはずれたようで、うまく体を動かせない。まずいんじゃないか、と思いながら、すうっと意識が遠のいていった。どれほど眠っただろうか。目が覚めると、彼は周囲をきょろきょろと見回した。どこで寝たんだっけ？　道路の真ん中で倒れたことは覚えているけれど、それからどうした？　何とかホテルに戻ってベッドにもぐり込んだような気もするのだけれど……。

　屋外にいるようだった。しかし、深い霧があたりに立ちこめていて、ここがどこなのか判らない。舗装された道に転がったはずなのに、体の下にあるのが柔らかい土の地面なのが解せなかった。様子が変だ。いったい何時なんだ、と腕時計を見ようとしたら、ひび割れて壊れていた。転倒したはずみにやってしまったらしい。濃霧のため、夜明けが近いのか、すでに朝なのかも定かでない。
「まずい！　昨日の夜、報告してねぇぞ」

　彼は部長あてにメールを送ろうとした。朝一番で届いていないと、機嫌が悪いからだ。

　しかし、通じない。何度かけても電話がつながらない。

　何かおかしい。途方もなく、変だ。
「そこにいるのは仲井くんじゃないのか？」

　霧の向こうから呼びかけられた。やがてぼんやりと姿を現した人物を見て、彼は電話を取り落とした。

　　　　＊

「しゃ、社長！」
　事故で死んだはずの前社長が立っていた。
「無茶はいかんよ。あんなことをしたら車にひいてくれと言うのも同然だ。かわいそうに。まだ三十そこそこの若さだったというのに」

　自分は死んだのか？　とすると、霧に包まれたここは、元いた世界ではなく……

　落とした電話を見つめる彼に、前社長は、

「通じんだろう。圏外だからな」

（「遠い出張」『ジュリエットの悲鳴』有栖川有栖　角川文庫より）

＊1　足にきた：影響が足におよんだ。

＊2　蝶番：戸やふたなどが開けたり閉めたりできるようにとりつける金具（金属の道具）。

Vocabulary

□　ほてる：顔や体が熱くなる。

□　まばら（な）：点々と間が空いてばらばらとしていること。

□　遠のく：ある場所からだんだん離れること。

□　きょろきょろ：落ち着きなく周りを見る様子。

□　立ちこめる：煙や霧などが辺り一面に広がる。

□　舗装（する）：道路の表面を建設用の材料を使って固めること。

□　〜たはずみに：あることがきっかけになって、次のことが起こる様子。

□　定かでない：確かでない。　※硬い言い方。

□　朝一番：朝の（一番）最初。朝、ほかの何よりも早く。

□　圏外：ある範囲の外。ここでは、電波が届いて電話が通じる範囲の外。

🔑 〜とはいえ

「AとはいえB」の形で、「Aを認めながらも、単純に、Aから予想される結果や展開にはならない」という意味を表す。書き言葉的な表現。

EX1　手術後、状態はかなりよくなっているとはいえ、まだ安心できない状況だ。

EX2　若いとはいえ、無理をすると体をこわしてしまう。

🔑 〜も同然

「〜とほとんど同じだ」という意味を表す。

EX1　3点目が入って、勝ったも同然という雰囲気になった。

EX2　結局、宇宙については、まだ何も知らないのも同然なんだと思う。

CHECK

Q1　「元いた世界ではなく」別の世界へ行くことになったのは、どうしてですか。

Q2　どうして「圏外」だと社長は言ったのですか。

Lesson 38 鬼に金棒
おに　かなぼう

Giving a Rod to a Demon ／如虎添翼／ Quỷ thêm gậy vàng

力の強い者がさらに強くなることだ。

ところが鬼といわれてすぐ思い出すのは、節分の豆まき*1 に逃げ出す鬼だろうか。

しかしこんなユーモラスな鬼は、自然科学万能の現代が鬼を「いかがわしい妄想だ」といっきょに駆逐してしまった結果登場した鬼で、不思議なものがうようよしていた時代には、鬼はりっぱに生きて存在感を示していた。だから人びとは鬼とはどんなものか、一所懸命、想像した。

しかしとにかく正真正銘の鬼には、だれも会ったことがない。そこで角を生やして、虎皮のパンツをはいた鬼が登場した。

実は家などに鬼門とよばれる方角がある。北東の方向にあたる。北東は十二支*2 でいうと丑寅*3 になる。そこで鬼は牛（丑）の角を生やし、虎（寅）の皮の一部を着用に及んだという次第である。

（前略）

「鬼に金棒」も悪い奴がもっと悪くなる、といった意味には使わない。金棒があればよいのにと願うときや、両方あるからすばらしいと思うときなどに言うだけだ。つまり願望や理想を代弁しているのだろう。

とくに人間は鬼ではないのだし、ふつうの庶民は金棒など持っていない。両方とも願望でしかない。

つまりこのことわざは無力な庶民が、願望として言いだしたものにちがいない。

なにしろ鬼はこわい。「鬼」という字は「たましい」のことだ。幽鬼といえばさすらっている亡霊*4。一方、霊は見えないから「隠」のものである。この「おん」の発音が変化して日本語の「おに」となった。

こわい鬼のことわざはいっぱいある。

鬼のいぬ間に洗濯（うるさい者の目を盗んで一休み）

鬼の目にも涙（冷酷な人間にも優しさがある）

鬼の首を取る（大手柄を立てる）

鬼の空念仏（柄にもない慈悲深さ）

　などなど、鬼は無慈悲で冷酷で力ずくのものなのである。

　しいたげられつづけている庶民にとって本音は、こちらの鬼にある。

　そこで、庶民は無気味でこわいものが敵にまわってはかなわない。せいぜい味方につけるか、自分がなるしかないだろう。この防衛本能が「鬼に金棒」という絶対の力強さを空想させたのだと思う。

（『楕円の江戸文化』中西進　白水社より）

*1　節分の豆まき：「節分」は、昔、新しい季節が始まる「立春」「立夏」「立秋」「立冬」の前の日を指したもの。特に「立春」の前の日に、豆を投げて鬼を追い出す行事が行われる。
*2　十二支：昔、時刻や方角を 12 に分けて表したもの。子（ね／ネズミ）・丑（うし／ウシ）・寅（とら／トラ）・卯（う／ウサギ）・辰（たつ／リュウ）・巳（み／ヘビ）・午（うま／ウマ）・未（ひつじ／ヒツジ）・申（さる／サル）・酉（とり／ニワトリ）・戌（いぬ／イヌ）・亥（い／イノシシ）。年にも対応していて、2020 年がねずみ年。
*3　丑寅：丑と寅の間の方角・時刻
*4　死者の 魂

Vocabulary

□ 妄想：起こるはずのないことを想像すること。

□ 駆逐（する）：expulsion (expel) ／驱逐 ／đánh đuổi, tiêu diệt

□ 正真正銘：うそや間違いなどなく、まったくの本物であること。

□ 代弁（する）：本人に代わって意見や要求などを述べること。

□ 冷酷（な）：優しさが全くなく、扱いがひどいこと。

□ 手柄：ほめられるべき立派な働き。大きな結果に貢献した働き。

□ 空 〜：実際の中身がないこと。

□ 念仏：祈りを込めて、（くり返し）仏の名を口に出して呼ぶこと。

□ 柄にもない：性格など、その人に合っていない様子。

□ 慈悲：mercy ／怜悯 ／từ bi

□ 力ずく：力を使って強引にする様子。

□ しいたげる：ひどい扱いをして苦しめる。

□ 防衛：ほかからの攻撃に対して、防ぎ、守ること。

🔑 ～におよぶ

～という結果・事態にいたることを表す。望ましくない結果・事態になった場合に使われることが多い。

> **EX1** いろいろな議論があったが、経済的な背景が大きく、今回の決定に及んだ。
>
> **EX2** 彼らはどうしてこのような行動に及んだのだろうか。

🔑 ～てはかなわない

「～という事態や状況になるのは困る」という気持ちを表す。

> **EX1** 変なうわさを立てられてはかなわない。
>
> **EX2** 給料が増えないのに、税金や物価ばかり上げられてはかなわない。

CHECK

Q1　昔の人が、鬼は角を生やして虎皮のパンツをはいていると想像したのはなぜですか。

Q2　「鬼に金棒」はよい場合にしか使わないのは、どうしてだと言っていますか。

Lesson 39 専門領域の細分化

せんもんりょういき　さいぶんか

The Subdivision of Areas of Specialization／专业领域的细分化
／ Phân chia nhỏ lĩnh vực chuyên môn

　当然、現代ともなると領域の細分化は大変なものになっています。

　昔はたとえば金属学というものがあり、それは銅を扱い、鉄を扱い、あらゆる金属を扱いました。デモクリトス[1] の例を取るまでもなく、金属なら金属で、対象とする領域は非常に大きかった。しかし金属学にも領域の分化[2] が起こる。同じ原子でできていても、金属は結晶格子[3] をもつ、ガラスはアモルファス（非晶質[4]──無定形）だから専門が違う。議論する方法、方法論が違ってしまったのです。鉄なら鉄で、炭素をいかに入れて硬くするかというひとつの専門ができてくると、そこではたとえば、鉄が酸化して錆びていく現象をやっている人と専門が違ってしまうのです。そうやって細分化された結果、今の人に聞いてみると、私はステンレスの劣化の研究をしています、ニッケル系のステンレスが私の専門ですとか、ものすごく狭くなってしまっている。一生かかってニッケル系の鉄を研究しなければならないほど研究の中身が深くなってしまったのです。ニッケルは錆びないので、それを研究しているうち錆のことや、他の銅のことなんかすっかり忘れてしまうのです。結局は鉄の専門家、ニッケル系の専門家と分かれる。

　金属だけではありません。昔は博物学というのがありました。博物学は植物・動物を分類して書きますが、一緒に扱う学問だったのです。それが動物学と植物学に分かれて、まったく違うものになる。お互いに方法論が変わってしまって、ひとつの大学のなかでも植物学科と動物学科は仲が悪くて学問的交流がないばかりか、人間的にも融合できなくなってしまうくらい。動物学も微生物と哺乳類に分かれます。等々。

　全てが大変に細かいディシプリンになって、私の考えでは、単純に「私たちは◇◇の専門です」と言える人は分野の数で10万種類くらいあるのではないかと思うのです。

（『テクノロジーと教育のゆくえ』吉川弘之　岩波書店より）

＊1　デモクリトス：古代ギリシアの哲学者。原子論で有名。
＊2　分化：本来一つだったものが、複雑になったり、性質が変化したりして分かれること。

139

＊3　格子：細い木などが、一定の間隔を空けて縦横に組まれたもの。

＊4　非晶質：結晶のような規則正しい構造を持たないこと。

＊5　ディシプリン：学問分野

Vocabulary

□　細分化(する)：細かく分かれること。

□　方法論：学問の方法そのものを対象とする分野。どの方法がいいかを議論すること。

□　炭素：carbon ／碳／ Carbon

□　酸化(する)：oxidation ／氧化物(至)／ Oxy hóa

□　錆びる：rust ／铁锈／ Rỉ

□　ステンレス：stainless steel ／不锈钢／ Thép không gỉ

□　劣化(する)：品質や性能が悪くなること。

□　ニッケル：nickel ／镍／ Niken

□　博物学：動物・植物・鉱物など、自然に存在するものについて研究する学問。

🔑 〜ともなると／〜ともなれば

「状況がこのようなものになった場合は」という意味を表す。後ろには、状況が変化すれば当然そうなるはずだといった判断を表す表現が続きます。

EX1　大阪店の店長**ともなれば**、相当忙しいだろう。

EX2　10歳**ともなれば**、自分のことは大抵できるはずだ。

🔑 〜までもなく

「〜する必要がない、〜しなくても大丈夫だ」という意味を表す。

EX1　紹介する**までもない**ですが、こちらがテレビでも有名な田中先生です。

EX2　2回目の遅刻だから、厳しく注意されたのは言う**までもない**。

CHECK

Q1　専門領域が細分化していくのはなぜですか。

Q2　専門領域が細分化され方法論が変わると、どうなっていきますか。

Lesson 40 無理が通れば道理ひっこむ

The Bad Drives Out the Good／无理行得通, 有理行不通
／ Nếu vô lý được thông qua thì đạo lý sẽ thu hẹp lại

　無茶苦茶な言い分をごり押しされる*1と、いくら道理にかなった言い分でも押し切られてしまう。しかも、そうした場合は、とかくお上が権力を笠に押しつけてくることが、多いだろう。

　これまた「江戸かるた」特有の、お上への皮肉らしい。なにしろ彼らは「無理偏に、げんこつと書く*2」とからかわれる無理難題の役人たちだ。無理と力で迫ってくるのだから、かなわない。

　ところで、すでにふれたように小林一茶に「雀の子そこ退けそこ退けお馬が通る」という、有名な句がある。それとこのことわざをつき合わせてみると、どういうことになるか。

　「雀の子たちよ。『道理そこのけ、道理そこのけ』とお役人のお馬が通るぞ」という句だと考えられる。

　要するに雀の子がどんなに楽しく遊んでいても平気で、道理そこのけでお馬にまたがって通るお役人に、一茶は皮肉をこめて一句を作ったことになる。

　「お馬が通る」とは、まさしく「無理が通る」ことだ。地上の餌を食べている雀に、どんな「道理」があろうとも、無理が通ってしまうのである。

　もちろん「雀の子」とは、力弱い庶民のことだ。馬が踏みつぶすのは、いたって簡単。いつもお上に蹴散らされて*3生きているのが庶民である。

　悲しい庶民。いったい庶民の声を、お上は聞いてくれるのだろうか。

　じつは「上方*4かるた*5」の「む」は、

　　　馬の耳に風

である（当時馬はムマと発音した）。いくら風が吹いても馬は何も感じない。このことも一茶の句に隠されているのではないか。

　そうなると庶民の声が届かないで当たり前ということになる。

　ましてや同じことわざを、

　　　馬の耳に念仏

ともいうから、どんなに有効な声でも、庶民の声は無効なのである。

　庶民の嘆きも馬耳東風とばかりに、無理難題のお上が通っていけば、まるで雀の子のように弱い庶民のどんな道理も、ひっこまざるをえない。

　うーん、一茶もなかなかやるではないか。

　一茶の反骨心は、そうとう手強い。一歩間違えばお上に反抗したとばかりに、牢屋にいれられかねない抵抗を、さりげなく一句に仕立てたのだから。

（『楕円の江戸文化』中西進　白水社より）

＊1　ごり押し：強い立場を背景に、無理な要求を押し通すこと。
＊2　無理偏に、げんこつと書く：（そういう漢字はないが）その特徴を、たとえとして漢字で表現したもの。
　　　「力を背景に、無理な要求をしてくる」
＊3　蹴散らされて：乱暴に蹴られてあちこちに飛ばされて。
＊4　上方：古い言い方で、関西地方のこと。
＊5　かるた：日本のカードゲーム。また、そのためのカード。言葉が書かれた読み札と絵が描かれた絵札がある。

Vocabulary

□ 言い分：言いたいこと。主張。
□ とかく：そうなることが多い、そうである場合が多いという見方を表す。
□ お上：庶民に対して、国や政府。
□ 笠：昔、日光や雨を防ぐためにかぶったもの。
□ 小林一茶：18〜19世紀に活躍した俳人（俳句を読む人）。
□ 退く：体を動かして、そこを空ける。
□ ことわざ：proverb ／谚语／thành ngữ

□ またがる：両足を開いて馬の背やいすなどの上に乗る。
□ 念仏：仏の名前を（くり返し）声に出して呼ぶこと。
□ 反骨心：支配的な強い力や世間の風潮などに抵抗しようとする精神。
□ 手強い：相当の力を持っていて、簡単に勝てない。
□ 牢屋：jail ／监狱／ nhà tù, ngục
□ 一句：俳句の一作品。
□ 仕立てる：作り上げる。

🔑 〜（よ）うとも

「どんなに」「たとえ」などと一緒に使って、「〜ても」と同じ意味を表す。書き言葉的な表現。

EX1 どんなに反対されようとも、計画を実行するつもりだ。

EX2 たとえ台風が来ようとも、商品を納めなければならない。

〜とばかりに

「まるで〜と言っているように」という意味を表す。相手がそう言いたそうに見えるときによく使う。後には程度が強力だという意味の表現が続くことが多い。書き言葉的な表現。

> **EX1** 彼は興味がない**とばかりに**、私たちの話を聞かず、スマホを見ていた。
>
> **EX2** もう見ていられない**とばかりに**、多くのファンが帰り始めた。

〜ざるを得ない

そうする以外に選択肢がないという意味を表す。

> **EX1** 雨が強かったので、試合を中止せ**ざるを得**なかった。
>
> **EX2** 子どもが熱を出してしまったので、仕事を休ま**ざるを得**なかった。

CHECK

Q1 この文章の中で、馬と雀は何の例えとして使われていますか。

Q2 小林一茶の句には、どういう気持ちが込められていますか。

ふくしゅう　§4 (Lesson 31-40)

I 次の❶〜❻の＿＿＿＿に合うものをa〜fの中からえらんで、文をつくりましょう。

❶ 材料費の高騰で、＿＿＿＿＿＿＿＿＿＿＿＿＿＿＿＿＿＿。

❷ 会議で何も発言しないのは、＿＿＿＿＿＿＿＿＿＿＿＿＿＿。

❸ 私が試験に合格できたのは、＿＿＿＿＿＿＿＿＿＿＿＿＿＿。

❹ こんなに忙しい時期に、＿＿＿＿＿＿＿＿＿＿＿＿＿＿＿。

❺ 台風の接近によって、＿＿＿＿＿＿＿＿＿＿＿＿＿＿。

❻ ついこの間まで寒かったが、＿＿＿＿＿＿＿＿＿＿＿＿＿＿。

a. 先生のおかげだと言っても過言ではない	b. 仕事を休まれてはかなわない
c. ようやく春めいてきた	d. 旅行の中止を余儀なくされた
e. この商品も値上げせざるを得ない	f. 出席していないのも同然だ

II （　　）の中に入れることばをa〜dから選びましょう。

❶ 最近の若者は、少しでも注意（　　　　）、すぐ仕事を辞めてしまう。

　a．したところで　　　　　　　b．するまでもなく

　c．すればこそ　　　　　　　　d．しようものなら

❷ 韓国に１年間住んでいた（　　　　）、勉強しなかったので韓国語は話せない。

　a．とはいえ　　　b．ともなると　　　c．とばかりに　　　d．となると

❸　ここからは近いので、タクシーを使う（　　　　　）歩いて行けます。

　　a．ものなら　　　　　b．までもなく　　　c．ところで　　　　d．ともなると

❹　日曜日のイベントは、雨で延期（　　　　　）余儀なくされた。

　　a．する　　　　　　　b．を　　　　　　　c．のを　　　　　　d．になるを

❺　プロのミュージシャン（　　　　　）、一度聞いただけで演奏できる。

　　a．とはいえ　　　　　b．じゃあるまいし　c．ともなると　　　d．と思いきや

Ⅲ　次の❶〜❻の______に合うものをa〜fの中から選んで、文をつくりましょう。

❶ ________________________________、自分のことは自分でやりなさい。

❷ ________________________________、どうにもならないだろう。

❸ ________________________________、朝ご飯を食べる時間がなくなる。

❹ ________________________________、文句ばかり言わないでほしい。

❺ ________________________________、健康に不安が出てくるものだ。

❻ ________________________________、私の言うことを聞いてくれなかった。

a. 暑いだの寒いだの　　　　　　b. 子供じゃあるまいし
c. 40代ともなると　　　　　　d. 二度寝しようものなら
e. この問題は、上司に相談したところで　　f. 父は、どんなにお願いしようとも

145

モデル文章の訳

Model Sentence Translations
模式文章的翻译
Phần dịch của đoạn văn mẫu

Lesson 31

E I was not in a very good mood the first time I went to order reading glasses.

"Would you just like one pair of glasses?"

Though the young man working at the store asked me politely, it still struck a nerve.

I was praised for my good vision, and for all my pride about my ability to read letters on distant signs, I recently started having trouble seeing things near me. At the end of the day, I had gotten older. I was realizing this now, whether I wanted to or not.

In addition, the reading glasses were expensive. Three times the amount of the fashionable hanging sunglasses I saw around. I was all the more annoyed by this because I never had to rely on glasses until now.

Glasses aren't socks or panties. It's not as if holes develop in them, or the elastic stretches. Did anyone so softhearted exist that they'd buy two pairs of these?

I'd seen old people wandering about, unable to find their glasses, but my mind wasn't that far gone.

"I'm fine with one," I answered with dignity.

The reading glasses were done at last.

I could clearly see small character. I enjoyed myself for a while by opening a dictionary and looking up characters like "turtle" and such.

There are small joys to be found even in the sadness and indignity of old age.

But after some amount of time passed, the condition of the frames of my glasses deteriorated, perhaps because I handled them roughly. A small screw was getting loose.

I had received a small complimentary screwdriver for times like this, so I immediately went to fix them, only to notice something. I had trouble focusing on one spot. I discovered that in order to fix my reading glasses, I needed one more pair of reading glasses.

C 第一次去配花镜时，我的心情不是很好。

"花镜就一个行吗？"

一个年轻店员这样问我时我心里也很不高兴。

被表杨说眼睛没毛病，所以我很得意地说远处的字能看清楚，可是就一瞬　，近处的字就看不清楚了。总之是上年纪了。

无论怎么否认，这已经是事实了。

没想到花镜那么贵！是周围挂着的墨镜的三倍的价钱。至今为止没戴过眼镜，花镜的价格也让我心情不好。

又不是鞋也不是内裤，不会破个窟窿也不会怕皮筋松了，这样的东西谁还买两个啊？

我看见过有的老人在到处找眼镜，可我还没糊涂到那种程度。

"一个就行"

我很有威严地回答说。

不久，花镜就配好了。

细小的字看得非常清楚。我打开词典，查了一下"龟"字，一时感到很开心。

在伤感老了和屈辱中感到了小小的快乐。

可是，过了不久，可能是我用得太粗糙，镜框有点儿不对劲。小螺丝松了。

为了怕万一出现这样的问题，配眼镜时他们免费送我一个小螺丝刀。我马上把它拿出来修理，可是焦点不合，看不清楚。

终于明白了花镜出现问题修理时还需要一个老花镜。

V Lần đầu tiên đi đặt làm kính lão, tâm trạng tôi không được vui lắm.

"Ngài mua một chiếc kính lão đúng không ạ?"

Anh nhân viên trẻ tuổi hỏi lịch sự cũng làm tôi khó chịu.

Trước đây tôi được khen rằng mắt tốt, luôn tự khoe khoang rằng có thể đọc được chữ ở bảng đằng xa, như bù lại cho việc đó tôi nhanh chóng khó nhìn được những thứ ở gần. Nói qua lại lại cũng là do tôi đã có tuổi rồi.

Kính lão làm tôi buộc phải nhận ra điều đó.

Không những thế, kính lão còn đắt nữa. Đắt hơn tận ba lần so với kính râm để làm điệu treo cho khách thử ở đây. Trước giờ tôi chưa từng phải đeo kính lão nên chính vì thế giá cả của nó càng làm tôi bực mình.

Chẳng phải tất cũng chẳng phải đồ lót nên chắc chắn chúng không bị thủng lỗ hay dãn chun. Có ai ngu dại mà mua tận hai cái sao?

Tôi đã từng nhìn thấy người già đi lang thang và nói rằng không tìm thấy kính, tôi thì chưa đến mức ngếnh ngãng đến thế.

"Một cái là đủ rồi"

Tôi trả lời đầy nghiêm khắc.

Cuối cùng thì cái kính lão cũng xong.

Chữ nhỏ li ti cũng nhìn rất rõ. Tôi mở từ điển, tra chữ "rùa" rồi ngẫm nghĩa một lúc.

Ngay cả trong nỗi buồn và sự nhàm chán của tuổi già cũng có niềm vui nho nhỏ.

Tuy nhiên một thời gian sau, không biết có phải tôi dùng ẩu đả không mà tròng kính bị xuống cấp. Ốc vít bé bị lỏng đi mất.

Vì họ đã tặng kèm cái tô lô vít nhỏ dành cho những lúc thế này nên tôi vội lôi ra định vặn, lúc ấy tôi chợt nhận ra một điều. Điểm nhìn bị nhòe mờ không rõ.

Tôi đã hiểu, để sửa kính lão, người ta cần thêm một chiếc kính lão nữa.

Lesson ㉜

E The false alibi he came up with was an extremely simple one. He would give the impression that he went to work on Sunday and spent the whole afternoon at the company, while in fact he'd use a blind spot to come in and out of the building to commit the crime. The blind spot was the window of the fifth floor bathroom. Though the windows inside the office were fixed sash windows, this one could be pulled toward oneself, opening wide enough for an adult to travel in and out of. This was so because the hinges on just this window were broken. Then, about two meters away from the open window was the window of a neighboring six-story office building. It would be possible to leap from one to the other with a resolute jump.

(...)

Just because the neighboring building was close did not mean that anyone would actually think he leaped the distance between them. Had the police voiced suspicion like that, people would surely laugh, saying "Him? There's no way. Not even if he wore mountain climbing gear."

On Sundays, there were barely any people or cars passing through the area, so there was close to zero concern that he would be spotted during the moment he jumped between the buildings. This also made him believe this false alibi would succeed. The one fear was if Komatsu, the security guard, unexpectedly went up to the fifth floor and noticed that he was missing, but even in this case, there seemed to be plenty of excuses he could use to talk his way out depending on the situation, whether "I had stomach problems and I went to the bathroom," or "I felt unwell so I took a break on the sofa in the reception room.

(...)

He put his left foot on the window frame and took a deep breath. He was wearing awfully rough clothing, as he was at work on a Sunday. Both his polo shirt and his cotton pants had suitable slack, and wouldn't prevent him from leaping. He rolled his shoulders and stretched his Achilles tendons to warm up, then bent and stretched a few times.

He went out of his way to look down at the perfunctory concrete wall separating the two buildings' land, as well as the planted greenery in front of it, but he felt no unease whatsoever about what might happen if he fell there. It was the same logic as why one isn't scared of spraining their foot as they get out of bed.

He took one more deep breath, then kicked off from the window frame with all his strength.

C 他想出的伪装不在犯罪现场其实是非常单纯的。星期天上班，让人以为他下午一直在公司里。就是利用人们所忽视的这一点，实际上他离开了公司大楼，犯下了罪行。所谓"盲点"就是五楼厕所的窗户。办公室的窗是密封打不开的，可是厕所的窗往里拉的话，正好可以拉到一个大人能够钻出去的缝隙，正好这个窗户的合页坏了。窗户的不到两米的对面是旁边的一个六层办公楼的窗户，如果用力跳过去的话，从一个楼跳到另一个楼是可能的。

（中略）

旁边的楼虽然说离得很近，可是没有人会怀疑他能空间移动，即使警察这样怀疑，一定会嘲笑着说"那个家伙即使是武装成登山家也完全不可能做到的。"

星期天，这周围几乎没有人及车辆通行，所以瞬间"飞移"的目击者接近与零，完全不用担心。所以他确信这个伪装的不在犯罪现场的证明是很成功的。唯一怕的是警卫员小松万一上五楼发现他不在的时候。不过到时候他会说"肚子不舒服去厕所了"或者说"觉得不舒服，在接待室的沙发上休息了"等，这样的临机应变的解释有很多。

（中略）

他把左脚搭在窗框上，做了一下深呼吸。因为是星期天出勤，所以穿着比较随便。波罗T恤和棉布裤子都非常宽松，所以不影响跳跃。他转动了几下肩膀，做了一下准备活动，然后屈伸了几下大腿。

他朝下看了看，看了在两座楼之间的混凝土的围墙和靠近这边的灌木丛。加入掉到那上面会怎么样呢？这种不安完全没必要。就像从床上下来扭伤了脚，没人会感到害怕的是一个道理。

他又做了一次深呼吸，就用力蹬了一下窗框跳了过去。

V Bằng chứng ngoại phạm giả mà anh ta nghĩ ra là thứ vô cùng đơn giản. Giả như đi làm vào chủ nhật rồi cả buổi chiều ở lì trong công ty, nhưng thực tế thì lợi dụng điểm mù để ra khỏi công ty và thực hiện tội ác. Điểm mù chính là cửa sổ nhà vệ sinh tầng 5. Cửa sổ trong văn phòng là loại cửa không mở được nhưng cửa này thì chỉ cần kéo ra phía trước là mở ra khá rộng cỡ người lớn có thể ra vào được. Và vì chỉ ở đây là bị hỏng bản lề. Cách cửa sổ khoảng gần 2 mét là cửa

số của tòa nhà văn phòng 6 tầng ngay bên cạnh. Lấy hết sức nhảy thì cũng có thể bay sang được bên kia.
(Rút ngắn)
Tòa bên cạnh sát gần nhưng chẳng ai nghi ngờ anh ta đã nhảy qua được không gian đó. Nếu cảnh sát có tỏ ra nghi ngờ như thế đi chăng nữa thì chắc mọi người cũng cười xua đi "Cậu ta làm sao làm được thế. Có trang bị như nhà leo núi cũng không làm được đâu!"
Chủ nhật quanh khu vực này cũng hiếm người và xe qua lại nên gần như hoàn toàn không phải lo bị nhìn thấy lúc nhảy sang. Về điểm này anh ta cũng tin chắc sẽ thành công trong việc tạo bằng chứng ngoại phạm giả. Điều lo lắng duy nhất là ông bảo vệ Komatsu chẳng may lại đi lên tầng 5 và nhận ra sự vắng mặt của anh ta nhưng trường hợp này cũng chỉ cần nói vài câu đối phó tùy tình hình chẳng hạn như "tôi bị đi ngoài nên vào toalet" hay "thấy khó chịu nên tôi nằm nghỉ ở ghế sofa phòng tiếp khách"
(rút ngắn)
Anh ta đặt chân trái lên khung cửa, hít một hơi thật sâu. Vì đi làm vào chủ nhật nên quần áo mặc cũng khá thoải mái. Áo phông polo, quần vải cotton khá rộng rãi, không cản trở gì việc nhảy cả. Anh ta quay vai, xoạc chân rồi cúi lưng vài lần để khởi động.
Anh ta cố tình nhìn xuống dưới, ngắm nhìn bức tường bê tông ghép phân cách giữa tòa nhà và bồn hoa ngay trước đó nhưng không có chút gì bất an rằng nhỡ rơi xuống đó thì thế nào nhỉ. Nó giống với lí thuyết chẳng ai sợ nhỡ rơi từ trên giường xuống mà trẹo chân vậy.
Anh ta một lần nữa hít một hơi thật sau rồi đạp mạnh vào bậu cửa sổ

Lesson 33

Ⓔ I wonder how my innocent little brother would react if he knew my parents would divorce. While his body may be big, he's a child on the inside, so he may cry. He's a mommy's boy, anyway, and even my mother is oddly lenient with him.
My image of who Shuhei and I would go with in the case of a divorce moved forward a space when I thought about that.
My mother would normally be the one to take us. Shuhei, of course, but even I would never want to live alone with my father. That's why he would end up leaving the house alone.
I looked at my father instinctively. Something about him felt pitiful.
"What is it, Eri? Something on my face?" my father said as he stuffed a futomaki into his mouth.
"It's nothing, really," I said and looked away.
How would my father, someone who couldn't do any domestic work at all, live if he got divorced? Living alone in an apartment is one thing if you're a young person, but for a middle-aged person, it would be so desolate.
What would happen to this house, anyway? Maybe they'd sell it off and my parents would split the money. Shuhei and I would have no choice but to live on our own then. Our family would be scattered.
The thought of it made me feel ill.
"You look pale, Eri," my mother said.
"Really? I'm fine."
"It couldn't possibly be from too much studying, right?" my father chimed in with a playful tone. Apparently he meant it as a joke.
My father normally doesn't speak much to the family, so even if he does occasionally add something to the conversation, his jokes never land.
For the most part, my father reads novels when he's at home. He's a nerd about the Bakumatsu and the Meiji Restoration, and our living room bookshelf is full of Ryotaro Shiba.
After eating, we got in the bath in our regular order: my father, then me or my brother, then my mother. This never changes when my father is at home. When I think about it, my mother is always the last to take a bath. She's cleaning up after our meal while we're bathing. Doesn't she ever feel dissatisfied?
My mother was preparing our breakfasts and lunches for the next day in the kitchen. Her back said nothing to me, and it seemed like she was just doing the same kind of routine work as always.
Shuhei shut himself in his room after he got out of the bath, so I was the only one watching television.
"Eri, do you have any requests for lunch?"
Unusually for her, my mother asked her daughter in the living room what she wanted.

Ⓒ 这个天真无邪的弟弟要是知道父母离婚会有什么反应呢？ 虽然他长大了，但内心还是个孩子，也许会哭的。他非常恋母，母亲也格外娇惯他。
想到这些，不由得在想如果离婚了，我和修平跟谁呢？
一般还说孩子都是跟母亲，修平不用说了，就连我也绝对不愿意跟父亲两个人在一起生活。
我不由得看了看父亲，觉得他也很可怜。

"怎么了？绘里，爸爸的脸上有什么吗？"

父亲嘴里塞满太卷寿司边吃边问我。

我说"嗯？没有啊！"便将视线移开。

什么家务都不会做的父亲，离婚后怎么生活啊！一个人住在简易的公寓里，年轻人倒还可以，中年人一定太孤单了。

这个家究竟怎么办？卖了的钱父母各分一半，然后我和修平只好各自一个人生活。一家人四分五裂，七零八碎。想到这些觉得很不舒服。

"绘里，你的脸色不太好啊！"妈妈说。

"是吗？我觉得很正常啊！"

"是不是学习过劲了？"

父亲以有点儿不寻常的语气插了一句，他好像想开个玩笑。

父亲平时不太与家人说话，所以就是偶尔说几句，也让人觉得无聊。

父亲在家时，一般都在看历史小说。他很着迷幕府末期和明知维新的作品，客厅的书架上都是司马辽太郎的书。

饭后，大家按顺序去洗澡。父亲、我或弟弟、最后是母亲。父亲在家时，这个顺序是不会变的。现在想起来，母亲无论什么时候都是最后洗澡。家人洗澡时，她收拾碗筷。她难道没有怨言吗？

母亲在厨房为明天的早饭和便当做准备。她的背影，让人什么也感受不到，只能感受到那是在例行工作。

修平一从浴室出来就躲到房间里不出来。看电视的只有绘里一个人。

"绘里，你的便当有什么想放的吗？"

母亲问很少在客厅的女儿便当里想放什么。

Ⅴ Đứa em trai vô tư này của tôi mà biết cha mẹ sẽ li hôn thì nó sẽ phản ứng sao đây. Thân xác thì to chứ bên trong vẫn là một đứa trẻ nên chắc nó sẽ khóc. Nó là đứa bám mẹ. Mà mẹ thì cũng chiều nó.

Cứ nghĩ tới chuyện này tôi lại tưởng tượng rằng bố mẹ li hôn thì tôi và Shuhei sẽ theo ai đây.

Bình thường chắc mẹ sẽ nuôi con. Shuhei thì không nói làm gì rồi chứ tôi tuyệt đối không thích ở với bố. Cho nên bố sẽ một mình ra khỏi nhà.

Tôi bật chợt nhìn sang bố thấy thương hại.

"Gì đấy Eri? Mặt bố dính gì à?"

Bố vừa phồng miệng nhai miếng sushi bự chảng vừa nói.

"Không ạ, có gì đâu bố!", tôi nhìn đi chỗ khác.

Người không biết làm việc nhà như bố nếu li hôn sẽ sống sao đây. Sống một mình ở nhà trọ người trẻ còn chịu được chứ với trung niên như bố thì đáng thương quá.

Rồi ngôi nhà này nữa, sẽ ra sao đây. Nó sẽ được rao bán rồi bố mẹ chia đôi chẳng hạn. Rồi tôi và Shuhei mỗi người sẽ buộc phải sống một mình. Thế là một gia đình tan nát.

Nghĩ nhiều rồi lại thấy khó chịu.

"Eri, sắc mặt con không khỏe đấy?", mẹ nói.

"Thế ạ? Con bình thường mà!"

"Hay là học nhiều quá?"

Bố nói chen vào giọng mỉa mai. Chắc bố nói đùa.

Bình thường bố không nói chuyện với mọi người mấy. Nhưng có hiếm hoi tham gia vào câu chuyện với mọi người cũng chẳng ai hưởng ứng.

Lúc bố ở nhà hầu như chỉ đọc tiểu thuyết lịch sử. Bố là một người hiểu rõ về thời mạc phủ và Minh Trị duy tân, giá sách trong phòng khách chỉ toàn truyện của tác giả Shiba Ryotaro.

Sau bữa ăn cả nhà lần lượt đi tắm. Bố, rồi đến tôi hoặc em trai và đến mẹ. Lúc bố ở nhà thì trật tự này không thay đổi. Nghĩ mới thấy lúc nào mẹ cũng là người cuối cùng đi tắm. Trong lúc mọi người đi tắm thì mẹ dọn dẹp chén bát. Không biết có bao giờ mẹ thấy bất mãn.

(Rút ngắn)

Mẹ đang chuẩn bị bữa sáng cho ngày mai và cơm hộp. Dáng vẻ kia không thể hiện bất cứ điều gì, chỉ như đang theo đúng trình tự hàng ngày vẫn làm.

Shuhei tắm xong là ở luôn trong phòng nên chỉ có mình Eri ngồi xem tivi.

"Eri, con muốn ăn cơm hộp thế nào không?"

Mẹ hỏi đứa con gái chả mấy khi chịu ngồi ở phòng khách xem thích ăn gì.

Lesson ㉞

Ⓔ It would be a great misunderstanding to think that a school like Cambridge is doing antiquated things. It created a business school long ago, and talk of technology management, something that has just now started to be discussed in Japan, started thirty years ago, with a project being completed a few years in the past. Industrial-academic cooperation has been moving forward for a long time. The school is extremely fast to adapt to changes in the world. This is because of the form the university's management takes.

In Japan there are university presidents like this, but even if they do try to change things, they require the permission of the MEXT, but an even more common barrier is the faculty senate saying such changes are impossible. This is causing change to take place at an extremely slow pace. This is a problem faced by universities.

However, science is changing. As stated earlier, this scientific knowledge is more than fact-based knowledge, with various other components such as utilization knowledge and ethics. We are now making moves to create this type of integrated science, and professors themselves all understand that doing so is necessary. The essence of university reform lies in a place other than the act of turning universities into independent administrative institutions to save on costs. It should be none other than for universities to create operational organizations that can appropriately handle changes in science.

However, that is not happening. While I would like to say that doing so will lead to the advancement of elementary and middle school education, that is not happening in the current situation.

C 认为剑桥还在搞陈旧的研究的人完全是一种误解。他们大早以前就创立了商务学校，就连日本现在才开始提起的"テクノロジー・マネジメント／技术管理"，对他们来说已经是 30 年前的话题了，几年前已经作为项目开始运营。"产业与研究合作"也早就开始进行了，与世俱进的速度非常快。问其原因的话，其理由就在于大学的管理形式上。

日本即使有那样的校长想改革，先得经过文部省的批准。还有教授会这一关就更难过了，这是一般现象。就这点来说，变化是非常慢的，这是大学的问题。

可是科学在变化，科学知识不光需要刚才提到的"实际知识"还需要"实用知识"及"道德伦理"等各方面的知识。我们都意识到了要创造出统一形式的科学这一目标，教授自身也知道其必要性。所说的大学改革将大学作为独立法人来运营，节约经费是另外一回事，大学应该创建一个能确切应对科学变动的运营组织。

但是这点却没有做到。做到这一点，才能促进中小学的教育，这就是我想说的。可惜现状还没有实现。

V Chuyện đại học Cambrige chỉ dạy những thứ cũ rích là một hiểu lầm vô cùng tai hại, là trường dạy về thương mại là câu chuyện từ ngày xửa ngày xưa rồi, còn quản lý công nghệ, từ Nhật Bản bây giờ mới để cập tới thì họ đã nói tới 30 năm trước đây và vài năm trước đã có dự án rồi. Việc liên kết nghiên cứu với các doanh nghiệp cũng khá phát triển. Tương tác với xã hội cũng rất nhanh. Vì sao, thì lí do đó là ở hình thức quản lý của trường.

Nếu ở Nhật Bản có ông hiệu trưởng như thế và muốn thay đổi thì trước tiên phải được sự đồng ý của Bộ giáo dục, nhưng hơn hết vì có tổ chức hội giáo sư nên thường là không thực hiện được. Từ khía cạnh đó nên sự thay đổi thường rất chậm. Đây là vấn đề của trường đại học.

Nhưng khoa học thì luôn thay đổi. Tri thức khoa học đó như đã nhắc tới, nó không đơn thuần chỉ là kiến thức thực tế, mà còn cần kiến thức để có thể sử dụng, có cả lí luận và nhiều thứ khác nữa. Chúng ta đang được giao cho mục tiêu phải tạo ra khoa học tổng hợp được tất cả những kiến thức đó, còn bản thân các giáo sư cũng đều biết mình cũng cần phải có thứ đó. Cải cách đại học tức là biến đại học thành pháp nhân hành chính độc lập, bản chất khác với việc phải tiết kiệm kinh phí. Có thể nói phải dốc sức cho việc các trường đại học tự xây dựng tổ chức vận hành có thể thích ứng nhanh nhạy với sự biến động của khoa học.

Thế những điều này vẫn chưa thực hiện được. Điều tôi muốn nói là để thực hiện được điều đó thì nó liên quan tới sự nâng cao giáo dục bậc tiểu học và trung học phổ thông nhưng hiện trạng là vẫn chưa thực hiện được.

Lesson 35

E Traditionally, the mainstream way of advancing science was through reductionism, put forth by Descartes. This says that when one sees a phenomenon, they should go beyond describing the structures of movements and reactions occurring (known as empiricism or phenomenology), and go back to an even more fundamental level to make clear its causes and laws. The belief was that going back to a more basic level results in pure systems that have had excess results cleared away, making laws appear more clearly, also allowing for a clear grasp of the relationships between the structure of matter and the forces acting upon it.

This method saw great success. The first such example was the three laws of planetary motion discovered by Kepler being fully explained by Newton by way of the universal gravitation that works between two particles as well as the laws of motion. Since then, this method has shown effects for over three hundred years. For example, the ultimate structure of matter was successfully traced back to atoms, atomic nuclei, nucleons (protons and neutrons), then quarks, while the responsibility for life was tracked from organs, to cells, to proteins, to amino acids, to genes (DNA). Science and medicine are not special exceptions. Modern science was formed by reductionism, and it would not be an overstatement to say that it established our current-day civilization of science and technology.

C 科学的发展方式，历来都把笛卡尔所提倡的"要素还原主义"作为权威。这种方式在于，当人们看到某种现象时，不应该只停留与描述这种现象所产生的反应和运动的规律性（这叫做现象论或者经验法则），而是应该追溯其基本标准，究明其根源和规律性。追寻到更基本的标准，才能去除掉作为纯粹体系中的多余效果，让规律性更加鲜明地表现出来，同时，我们也相信能明确把握物质的构造、作用以及它的力量关系。

这种方式取得了巨大的成功。最初的成功案例就是牛顿用两个质点间的万有引力和运动规律，清楚地解释了开普勒发现的行星运动的三大定律。从此以后，这种方法在三百年间，发挥了其有效性。例如，物质的终极构造成功地追溯到原子·原子核·核子（阳子和中性子）·夸克，将承担生命的重任深究到器官·细胞·蛋白质·氨基酸·遗传基因（DNA）。科学和医学无一例外。近代科学是以要素还原主义成立的，也可以说确立了现代科学技术文明。

Ⓥ Cách tiến hành khoa học trước đây vẫn coi "Chủ nghĩa hoàn nguyên yếu tố" do Descartes đề xướng là con đường vương đao. Đó là phương pháp khi nhìn một hiện tượng nào đó ta không chỉ dừng lại ở việc viết ra phản ứng hay tính quy luật của vận động sinh ra ở đó (còn gọi là Thuyết hiện tượng hay Quy luật kinh nghiệm), mà còn phải lần hồi về mức độ cơ bản để làm rõ nguyên nhân và tính quy tắc.Quan điểm cơ bản của phương pháp này là khi lần hồi về mức cơ bản, vì ta có thể loại bỏ được những hiệu quả thừa do hệ thống trở nên đơn giản nên quy luật cũng hiện ra rõ hơn đồng thời mối quan hệ giữa cơ cấu vật chất và lực tác động lên nó cũng dễ nắm bắt rõ hơn.
Phương pháp này thu được thành công rực rỡ. Ví dụ thành công đầu tiên là Newton đã dùng lực Vạn vật hấp dẫn và Định luật chuyển động để làm sáng tỏ hoàn toàn ba quy luật mang tính Thuyết hiện tượng về vận động của hành tinh được phát hiện bởi Kepler. Kể từ đó, phương pháp này đã phát huy hiệu quả trong suốt hơn 300 năm, ví dụ như thành công trong việc suy ra cấu tạo cốt lõi của vật chất là nguyên tử, hạt nhân nguyên tử, Nucleon (proton và neutron), quark, kết luận được rằng các yếu tố tác động đến sinh mạng là cơ quan nội tạng – tế bào – chất đạm – Axit amin, DNA. Khoa học và y học cũng không ngoại lệ. Có thể nói khoa học cận đại được thành lập bởi "Chủ nghĩa hoàn nguyên yếu tố" và từ đó cấu thành nên văn minh khoa học kĩ thuật hiện đại.

Lesson ㊱

Ⓔ Of course, it is not as if Torahiko Terada fully denied the benefits of reductionism, as a capable scientist himself. He was encouraged by his pupil taking up research on the analysis of X-rays, and Japan continues to lead the world in the field of crystallography.
Terada's *Eshin* (Change of Heart) led the world by more than fifty years. The unwavering belief in reductionism started to be reconsidered once we entered the 1960s as we began to see the rise of research that understood complex systems as a whole and explained their laws. Terada had long pointed out the importance of fields that we now call chaos, nonlinear waves, dissipative structures, fractals, ecosystems, and genetics. He quickly understood the value of continental drift, and his essays on volcanoes, earthquakes, and the formation of the Japanese islands were predecessors to plate tectonics. Though ridiculed as a "traveling circus physicist" or a "physicist of hobbies," one can say that Terada grasped the depths of nature and raised a question. His ability to keep an eye on so many fields was in part because he lived in an age when specialization was not as extreme as it is now, but also because of his broad field of view that allowed him to understand nature as a whole.

Ⓒ 当然，有才的科学家寺田寅彦并没有完全否定要素还原主义的有益之处。X 射线解析的研究由弟子继承后，至今还鼓舞着他们，如今，日本的结晶学依然处于世界前列。
　寺田的"回心转意"让日本领先世界其他国家五十年以上。进入 1960 年以后，要素还原主义的一边倒现象被重新认识，因为人们囫囵吞枣地理解这种复杂的体系，开始兴起明确其规律性的研究。用现代术语来说，就是混沌、非线性波动、散逸构造、不规则碎片形等，这些领域中，寺田很早就指出其重要性。他评价大陆移动学说，火山、地震以及日本列岛形成等的试论日后都成为板块构造学的先驱。虽然被人们奚落为"搭棚子物理学"或"趣味物理学"，但是寺田看透了自然的奥妙，提出了尖锐的问题。他的研究之所以能深入到各个领域，就是因为当时的专业细化没有现代这么发达，还有就是在研究整个自然时，他自己所拥有的广阔视野帮助了他。

Ⓥ Tất nhiên, vì Terada Torahiko là một nhà khoa học có tài nên ông không phủ định toàn bộ sự ưu việt của "Chủ nghĩa hoàn nguyên yếu tố". Nghiên cứu phân giải tia X được đệ tử kế thừa và cổ vũ nên bộ môn tinh thể học của Nhật Bản giờ đây tiếp tục dẫn đầu thế giới.
Sự hồi tâm nhìn nhận lại của Terada đã đi đầu thế giới hơn 50 năm. Sang những năm 1960, quan điểm tuyệt đối sùng bái "Chủ nghĩa hoàn nguyên yếu tố" đã được xem xét lại, vì dòng nghiên cứu xem xét cả hệ thống phức tạp và làm rõ quy luật đã chiếm ưu thế. Nói theo thuật ngữ ngày nay là những ngành như sự hỗn nguyên, sóng phi tuyến, cấu trúc tiêu tán, phân dạng, hệ sinh thái, gen v.v…tính quan trọng ấy đã được Terada chỉ ra từ rất lâu rồi. Ông đã sớm đánh giá cao thuyết di rời đại lục, thử nghiệm về núi lửa, động đất hay sự hình thành của Nhật Bản đã đi trước ngành kiến tạo mảng. Dù bị chế nhạo là "Vật lý học lều lán""Vật lý học thú vui" nhưng có thể nói Terada đã nhìn xuyên ra được bản chất thâm sâu của tự nhiên và đưa ra được vấn đề. Việc có thể để mắt đến nhiều lĩnh vực như vậy một phần cũng do thời đại lúc ấy phân hóa chuyên môn vẫn chưa phát triển như bây giờ, nhưng mặt khác cũng chính là vì ông có tầm nhìn rộng có thể quan sát được trọn vẹn tự nhiên.

Lesson 37

E As he drank far more than usual, he seemed tired.

"You're looking sloppy for a top salesman, Nakai. That's enough."

He tried to laugh, but he couldn't. His legs got tangled, and he fell to the road. The chilled asphalt felt good against his flushed cheeks.

"This is nice."

Though they were on a back street without much traffic, he still couldn't lay there forever. He tried to stand, but the hinge on his hips seemed to have slipped out of place, and he couldn't move well. This might be bad, he thought, as his consciousness slipped away.

How long did he sleep for? He woke up and looked all around him. Where had he fallen asleep again? He remembered falling in the middle of the street, but what happened after that? It felt like he somehow managed to get back to his hotel and slip into bed, but...

He seemed to be outside. However, a thick fog enveloped the area, and he didn't know where he was. He thought he'd fallen over onto a paved road, so he couldn't understand why soft earth was under him. This was strange. What time was it? He tried to look at his wristwatch, but it was cracked and broken. It must have happened when he fell. The thick fog made it unclear whether it was near dawn or morning already.

"Oh no! I never made my report last night."

He tried to send an email to the general manager. He was the type to be upset if it wasn't in by the first thing in the morning.

However, it wouldn't go through. No matter how many times he tried, his calls wouldn't connect. Something was off. This was extremely strange.

"Is that Nakai over there?"

He heard a voice from the other side of the fog. He eventually saw the fuzzy figure of the person and dropped his phone.

*

"P-President!"

It was the former president who he thought had died in an accident.

"Don't be reckless. You're practically asking to get run over by a car doing something like that. You poor thing. Still young, only about thirty years old."

Had he died? That would mean this fog-covered place was not the world he used to be in, but...

As he looked at his fallen phone, the former president spoke.

I doubt it'll connect. You're out of range."

C 因为喝的酒大大超过了平时的量，好像有些站不住了。

"还是个演员经纪人呢，真是差劲，仲井，你这都不行。"

想笑自己，没笑出来。脚不听使唤了，摔倒在路边。发烫的面颊碰到凉快的柏油马路上，触感让人感到舒服。

"这个不错。"

虽然这条路上冷冷清清，但一直躺在路上也不太好。他正想要站起来时，腰好像闪了一下，动弹不得。这可不好啊，想着想着，就突然失去意识。

不知道睡了多久？睁开眼，他毛毛腾腾地看了一下四周。这是睡在了哪里？我记得自己是倒在了马路中央，这之后发生了什么？总觉得感觉自己是跌跌撞撞回到酒店，钻到床上……。

自己好像在室外。但是，四周被浓雾包围着，不知道自己身处何方。应该是摔倒在柏油马路上的，可是不明白身体下面为什么是软软的地面。情况不妙。想看看手表到底几点，可手表也被摔坏了。可能是跌倒下去的时候摔坏的。因为雾太浓太深，不确定是接近黎明还是已经早上。

"不好！昨天晚上的工作还没汇报。"

他要发一封邮件给部长。如果一大早不把邮件发过去，他会不高兴的。

但是，电话不通。打了好多次电话也打不通。

"那儿站着的是仲井吗？"

浓雾中有人喊了一下。不久，模模糊糊地出现一个身影，他看到这个人，吓得手机都掉到地上。

　　*

"啊，社长！"

因为事故而去世的前社长站在他面前。

"你可不能胡来。那样的话，就跟你对车说"来压我啊"是一样的。真是可怜！才刚刚三十岁啊！"

我自己是死了吗？这样看来，浓雾缭绕的这个地方已经不是原来的世界。

他紧紧地盯着掉在地上的电话，前社长对他说道，

"打不通的。这里没信号。"

Ⓥ Vì uống nhiều hơn mức bình thường nên chân anh loạng choạng.

"Nhân viên kinh doanh mẫu mực mà dở quá, Nakai, mới có thế này thôi mà!"

Anh cố cười nhưng không được. Chân ríu vào nhau rồi ngã lăn ra đường. Má đang nóng hầm hập chạm vào nền bê tông mát lạnh thật dễ chịu.

"Ôi dễ chịu quá"

Đây là đường phía sau ít người qua lại nhưng không thể nằm mãi ở đây được. Định đứng lên nhưng khớp hông như bị lệnh nên không thể điều khiển được cơ thể. Thấy không ổn nhưng ý thức lại đang ở đâu đó xa vời.

Không biết anh đã ngủ bao lâu rồi. Anh tỉnh dậy đảo mắt dáo dác xung quanh. Mình ngủ ở đâu đây nhỉ? Anh nhớ đã ngã ra giữa đường nhưng sau đó thế nào nhỉ? Cũng mang máng quay về được khách sạn và chui lên giường rồi mà… Dường như đây là ngoài đường. Nhưng làn sương dày đặc bủa vây nên không biết đây là đâu nữa. Anh ngã xuống đường được đổ nhựa đường nhưng không hiểu tại sao mặt đất dưới cơ thể lại mềm mềm. Lạ thật. Nhìn đồng hồ xem mấy giờ rồi thì đã bị vỡ. Chắc bị vỡ lúc ngã rồi. Sương dày đặc nên không rõ là tảng sáng hay trời đã sáng rồi nữa.

"Chết rồi, tối qua vẫn chưa báo cáo sếp!"

Anh định gửi mail cho trưởng phòng. Sáng ra mà không có ông ấy sẽ bực lắm.

Nhưng không liên lạc được. Gọi bao nhiêu lần điện thoại cũng không kết nối.

Có gì đó lạ thật. Không logic và thật kì cục.

"Kia có phải cậu Nakai không vậy?"

Có tiếng gọi từ phía bên kia màn sương. Anh dần nhìn thấy dáng người mờ ảo, anh đánh rơi luôn điện thoại.

*

"Giám, giám đốc!"

Giám đốc đã chết vì tai nạn đang đứng đó.

"Đừng có làm bậy. Làm thế chẳng khác nào bảo đâm xe vào tôi đi. Thật đáng thương. Mới có ba mươi tuổi đầu vẫn còn trẻ thế mà!"

Mình đã chết rồi sao? Và chợt nhận ra nơi đang bị bao bọc bởi màn sương này không phải là thế giới vốn có.

Tiền giám đốc nói với anh đang nhìn chăm chăm vào điện thoại.

"Không liên lạc được đúng không. Vì đây ngoài vùng phủ sóng mà!"

Lesson ㊳

Ⓔ This means for the strong to become even stronger.

However, when you hear the word "demon" (*oni*), is the first thing you think of the demons who run away during Setsubun when you throw beans at them?

However, demons this humorous are ones that appeared as a result of our contemporary age, where the natural sciences are seen as omnipotent and have driven them all away in one stroke as bogus delusions. In the time when strange things were crawling around everywhere, demons were alive and well, making their presence known. That is why people worked so hard to imagine what demons were.

Still, no one has ever met a genuine demon. That's where the horned demons wearing tiger skin underwear appeared.

There actually used to be a direction in homes and more known as the "demon's gate." This was the north-eastern direction. In the twelve signs of the Zodiac, the northeast is the Ox-Tiger direction. It's said this is why demons grew the horns of an ox and wore the skin of tigers on part of their bodies.

(…)

The phrase "鬼に金棒（giving a rod to a demon）" isn't used to mean someone wicked becoming more wicked. It is only used when wishing one had a rod, or when you think it's wonderful that one has both. In other words, it seems to be used in place of desires or ideals.

This is especially true because humans are not demons, and a regular member of the masses would not own a rod. Both sides of this saying are nothing more than desires.

In other words, this saying must have originated as a way for the powerless masses to voice their desires.

After all, demons are frightening. The character for demon also means "soul." 幽鬼 (specter) means a wandering, lost soul. Meanwhile, since spirits cannot be seen, they are also 隠 (quiet). The pronunciation for this character, on, changed to become the Japanese *oni*.

There are many sayings about scary demons.

鬼のいぬ間に洗濯	Wash while the demons are away (Taking a break when someone fussy is not looking)
鬼の目にも涙	Tears appear even in a demon's eyes (Even coldhearted people possess kindness)
鬼の首を取る	Taking a demon's neck (Performing a great feat)
鬼の空念仏	A demon's empty prayer (Uncharacteristic mercy)

As seen in these and others, demons are merciless, cruel, and powerful.

This is how the ever-downtrodden masses truly see demons.

As such, the masses would be powerless if faced with an uncanny, frightening enemy. They must either get them on their side at best, or become one themselves. This defensive instinct must have been caused the fantasy of absolute power that is "鬼に金棒（giving a rod to a demon）".

Ｃ 这个成语是比喻强大的更强大了。

说到"鬼"就会想起"　分"时撒豆子把"鬼"赶出去中的"鬼"了。

可是这种具有幽默感的"鬼"是自然科学万能的当今把"鬼"作为一种"不切合实际的妄想"，一举驱逐掉的登场人物。在这个不可思议的时代，"鬼"展示了他们顽强生活的存在感。所以人们在拼命想像着"鬼"是什么样子。

可是真正的"鬼"谁也没见过，所以人们就把"鬼"想像成长着两只角，穿着虎皮裤衩的样子。

实际上房子有个叫做"鬼门"的方位角，是在东北方位。东北方位是十二属相中丑寅的位子，所以就有了长着牛的角，穿着虎皮裤衩的"鬼"了。

（前略）

「鬼に金棒／如虎添翼」这个成语不用在坏的更坏上，只用在如果有了金棒就能实现梦想及两者俱全会很棒的场合，也就是愿望和理想的代言。

特别是人又不是"鬼"，一般的百姓也不会有"金棒"，所以这两个都只能是人们的一个愿望。

也就是说，这个成语一定是力量微弱的贫民百姓作为自己的"愿望"而流传下来的。

"鬼"是可怕的，"鬼"这个字有"阴魂"的意思。"幽鬼"是指死者的"亡灵"。而"灵"是肉眼看不到的"阴"，所以日语将这个汉字的读音改为"おに"。

跟"鬼"有关的成语有很多

鬼のいぬ間に洗濯（阎王不在，小鬼闹翻天）

鬼の目にも涙（铁石心肠的人也会流泪）

鬼の首を取る（如获珍宝 or 高兴得像立了大功一样）

鬼の空念仏（猫哭老鼠假慈悲）等等。

"鬼"是个没有慈悲的、冷酷的、浑身是力的怪物。

对于生活在水深火热中的老百姓来说，他们的愿望是成为这样的"鬼"。

因此，百姓把令人毛骨悚然及可怕东西视为"敌"，至少有这种意识，只好自己来对付。这种防御本能令人幻想着要像「鬼に金棒／如虎添翼」那样坚强有力。

Ｖ Là câu ví chỉ việc kẻ mạnh càng thêm mạnh hơn.

Tuy nhiên nhắc đến quỷ có lẽ ta sẽ nghĩ đến con quỷ chạy trốn khỏi người ném đậu vào lễ Setsubun.

Tuy nhiên, con quỷ hài hước như vậy chính là con quỷ sinh ra trong thời hiện đại khi sức mạnh vạn năng của khoa học tự nhiên đã giết trừ quỷ, coi chúng là "những tưởng tượng mù quáng đáng ngờ", trong thời đại có nhiều những sự vật sự việc kì bí, quỷ sống ngang nhiên, đường đường chính chính thể hiện sự tồn tại của chúng. Vì thế con người mải miết tưởng tượng xem quỷ là vật như thế nào.

Tuy nhiên vẫn chưa có ai gặp con quỷ chính danh chính hiệu. Vì vậy con quỷ có sừng và mặc quần đùi da hổ đã xuất hiện.

Thật ra trong nhà có góc gọi là "quỷ môn". Nó là phương Đông Bắc. Hướng Đông Bắc theo 12 con giáp ứng với hai tuổi ngưu và dần. Vì thế mà quỷ có sừng như Sửu (bò -12 con giáp ở Nhật Sửu là tuổi con bò, ở Việt Nam là tuổi trâu-chú thích của người dịch), mặc quần áo chứa một phần của da hổ (dần).

(Lược bỏ một đoạn)

"Quỷ có thêm gậy vàng" không dùng với ý nghĩa kẻ xấu càng xấu hơn. Nó chỉ được dùng khi người ta mơ ước rằng giá mà có gậy vàng hay khi khen ngợi ai đó có cả hai vế. Có nghĩa là nó nói thay cho nguyện vọng hay lý tưởng của người nói.

Nhất là con người vốn không phải là quỷ, thường dân thì không có nổi gậy vàng. Cả hai vế đều chỉ là mong mỏi mà thôi.

Có nghĩa rằng câu thành ngữ này chính là nguyện vọng của những người dân thường yếu ớt không sức lực.

Nói gì thì nói quỷ rất đáng sợ. Chữ Hán "Quỷ"「鬼」có nghĩa là "Linh hồn". "U quỷ" (幽鬼) có nghĩa là những vong linh lảng vảng quanh quất. Mặt khác, vì vong không nhìn thấy nên chúng là vật "ẩn" (ON). Phát âm ON biến hóa thành ONI (quỷ) trong tiếng Nhật.

Có rất nhiều thành ngữ liên quan đến quỷ đáng sợ.

Giặt quần áo khi quỷ vắng nhà (Tranh thủ nghỉ ngơi khi người ghê gớm không để mắt đến)

Quỷ cũng có lúc khóc (Ngay cả người tàn nhẫn cũng có điểm tử tế)

Lấy cổ quỷ (Có công trạng lớn)

Quỷ tụng kinh (Sự từ bi giả tạo)

Những câu trên cho thấy quỷ là loài vô nhân đạo tàn khốc lỗ mãng.

Cảm xúc thật sự của dân thường luôn bị áp bức thể hiện qua chính những con quỷ trong các câu trên.

Và họ cho rằng không được đối đầu với thứ ghê rợn đáng sợ ấy. Ít nhất cũng phải vào cùng phe với nó hay phải trở thành chính nó. Bản năng tự vệ ấy đã khiến họ tưởng tượng ra sức mạnh tuyệt đối qua câu "Quỷ thêm gậy vàng".

Lesson ㊴

E Of course, the subdivision of areas has become very important in current times.

In the past, there was a field called metallurgy, for example, which dealt with copper, iron, and all types of metals. There is no need to go to the example of Democritus, but metals were metals, making the field it covered extremely large. However, specialization came to even metallurgy. Even if two metals are made of the same atoms, metals have crystal lattices while glass is amorphous, making them different specializations. Ways to discuss topics and methodologies have grown different from one another. To take the example of iron, once a specialty comes to be in the technique of how to add carbon to make iron harder, this will make it a specialty different from those who study the phenomenon of iron rusting when oxidized. As a result of this specialization, things have gotten extremely narrow, as you can now talk to people and they will tell you that they specialize in the deterioration of stainless steel, or that they specialized in nickel-based stainless steel. The content of research has gotten so deep that one must spend their entire life researching nickel-iron. As nickel does not rust, researching it will lead to forgetting about rust or about other elements such as copper. Ultimately, they will split into iron specialists and nickel-based specialists.

This does not only happen in metals. In the past, there was a field known as natural history. Natural history is written by categorizing plants and animals, but it was a line of study that dealt with both. It then split into zoology and botany, becoming two completely different fields. Both changed the methodologies, and not only has it gotten to the point that botanists and zoologists even in the same university do not get along and have no academic exchange, they may not even be able to get along as people. Zoology itself is split into the study of microbes and the study of animals, and so on.

Everything has become an extremely detailed discipline, and the way that I see it, if we were to count people who can simply say "We are specialists in (XYZ)" as disciplines, there must be about 100,000 of them.

C 当然，与时代俱进，专业领域的细分化非常繁琐。

比如以前说的金属学，会涉及到铜、铁及所有的金属。不用说是德谟克利特，人们都认为金属就是金属，其涉及的领域非常广。可是金属学也发生了专业领域的分化，即使是来源于同样原子，金属有结晶格子，而玻璃是非晶体，所以专业领域不同，争论的方式及方法论都有所不同。铁是铁，加入碳素使之变硬这一专业的出现，就与研究铁氧化生锈现象的人在研究领域上有所不同了。这样细分的结果，问一下现在的人，我是研究不锈钢劣化的，如果说是镍基不锈钢的话，那范围就非常窄了。要花一生去研究镍基系列的铁，研究内容就深多了。镍基是不会生锈的，在专门研究它时就会完全忘掉锈及铜。结果就被分为铁方面的专家和镍基系的专家。

不仅是金属，以前有博物学，博物学分为植物・动物，是作为同一个学问来学的。可是现在将动物学和植物学分开，成为完全不同的两个学科。相互的方法论发生了变化，即使是同一个大学，植物学与动物学关系不好，不只是没有学问上的交流，而且人也变的不融洽了。动物学里又分微生物和哺乳类动物。这样的例子举不胜举。

V Tất nhiên, tới bây giờ việc phân chia nhỏ một lĩnh vực là điều rất phiền toái.

Ví dụ ngày xưa có lĩnh vực kim loại học, đối tượng là đồng, sắt và các loại kim loại khác. Không cần phải đưa ra ví dụ của Democritus thì kim loại là kim loại, lĩnh vực được nhắc đến vô cùng lớn. Nhưng trong kim loại học cũng xảy ra phân hóa lĩnh vực. Dù từ cùng một nguyên tử nhưng kim loại có cấu trúc kết tinh, thủy tinh là amorphous (không kết tinh, vô định hình) nên chuyên môn khác nhau. Và cách nghị luận, phương pháp luận sẽ khác nhau. Sắt là sắt, nếu biến thành một chuyên môn cho thêm carbon vào để làm cứng hơn thì ở đây chuyên môn sẽ khác với người đang thực hiện hiện tượng sắt oxy hóa và han gỉ. Và kết quả của việc phân nhỏ như thế, khi hỏi người bây giờ thì sẽ nhận được những câu trả lời như tôi đang nghiên cứu về sự thoái hóa của inox, chuyên môn của tôi là inox hệ kẽm, lĩnh vực đang trở nên vô cùng hẹp lại. Nội dung nghiên cứu sâu tới mức phải mất cả đời để nghiên cứu về sắt hệ kẽm. Kẽm không gỉ nên trong quá trình nghiên cứu nó thì quên luôn mất cả việc nó có gỉ hay các loại đồng khác. Kết cục là phân loại ra chuyên gia về sắt và chuyên gia về hệ kẽm.

Không chỉ có kim loại. Ngày xưa còn có môn lịch sử tự nhiên. Lịch sử tự nhiên phân loại thực vật, động vật nhưng lại là một. Động vật học và thực vật học được tách rời và thành hai ngành hoàn toàn khác. Cả hai thay đổi phương pháp luận, trong một trường đại học khoa thực vật và khoa động vật bất hòa, không chỉ không có giao lưu gì về học thuật mà con người cũng không thể hòa nhập với nhau. Trong động vật học lại chia ra vi sinh vật, loại có vú, vân vân và vân vân.

Tất cả được phân chia vô cùng nhỏ, trong suy nghĩ của tôi thì người đơn giản nói rằng "Chúng tôi là chuyên môn …" thì nếu tính số lĩnh vực chắc phải có tới 100 nghìn loại.

Lesson 40

Ｅ Forcefully pushing through an unreasonable claim can override even the most reasonable one. Many such cases also involve someone high up using their authority to push down on others.

This too seems to be one of 江戸かるた (Edo Karuta)'s unique sly disparagements of the authorities. After all, these are government officials who make impossible demands, made fun of for their domineering ways. They come at one with unreasonableness and power, so how could one be a match for them.

As already mentioned, though, Kobayashi Issa has a famous verse, "Hey baby sparrows, out of the way, out of the way. The horse is passing through." What happens when we put these two sayings together?

We come up with a verse that seems to mean, "Hey, baby sparrows. The horse of a government official is coming through, demanding that you clear the right path."

In other words, baby sparrows are fine no matter how much fun they have playing around, so Issa created a sarcastic verse aimed at the government officials straddling their horses, demanding that the right path be cleared.

The horse coming through is no different from unreasonableness coming through. No matter how right it may be for sparrows to be eating food off the ground, that unreasonableness is making its way through.

The baby sparrows here are of course referring to the powerful masses. It would be simple for a horse to crush them underfoot. It is the masses who must always live while being kicked around by those above them.

The poor masses. Will the authorities ever listen to their voices?

In fact, the "mu" of 上方かるた (West Japan karuta) is

　馬の耳に風 (Wind to the ear of a horse)

(at the time, 馬 was pronounced "muma"). No matter how the wind may blow, a horse feels nothing. Could this also be hidden within Issa's poem?

In that case, it would be a given that the voices of the masses will never reach the top, especially considering that another version of this saying is

　馬の耳に念仏 (Buddhist prayers to the ear of a horse),

meaning that even the most effective voice of the masses will come to nothing.

As if even the lamentations of the masses are wastes of breath, if those above them force their way past, the masses, as weak as baby sparrows, have no choice but to move out of the way.

Hmm. Issa's pretty good at this, isn't he?

Issa's spirit of defiance is quite strong. After all, he nonchalantly put together a verse that is a form of resistance that could certainly land him in jail, as if one wrong step would put him in defiance to the authorities.

Ｃ 如果毫无道理的理由被强迫实行的话，那么无论再合理的道理就会被无视。而且这种情况大多都是因为来自上面的压力吧。

这也是"江户かるた"特有的，是对上面的讽刺。因为他们是被人嘲笑的"犯上就要挨打"的一群昏官。他们受"无理"和压力所迫，抵不过。

我们知道的小林一茶的名句「雀の子そこ退けそこ退けお馬が通る／小鸟们，快躲开，给马让路」，这句跟上句结合在一起会是什么样呢？

就会成这样一句：「雀の子たちよ。／小鸟们！『道理そこのけ、道理そこのけ／别讲道理！别讲道理』とお役人のお馬が通るぞ／让官人的马通过」。

这是一茶对不管小鸟们多么开心地在玩儿，也毫无顾及地说别讲道理，骑马通过的官人充满讽刺的名句。

「お馬が通る／马通过了」就是「無理が通る／无理被认可」。对在地上吃食儿的小鸟来说，无论有多大的"道理"，"无理"也要通过。当然这里的小鸟是指一般百姓，被马践踏是可等的容易。他们就是被上面践踏而生存的老百姓。

可悲的百姓们，上面的人有没有听到百姓的声音呢？

实际上「上方かるた」的「む」是"馬の耳に風"（当时"馬"发音为"マと"）。不管风怎么吹，马都什么也觉察不到。这也是一茶句中所暗示的吧。

那样的话，百姓的声音当然听不见了。

还有同样意思的成语也说"馬の耳に念仏"。再有效的呼声，百姓的呼声都是无效的。

百姓的呼声也如同"东风马耳"、"無理難題"的官僚一样，只要通过了，像小鸟般的弱小百姓，无论有再大的道理也只好缩回去了。

嗯！一茶真了不起啊！

一茶的反抗精神真坚强。如果一步错了，这不仅是反上，还有可能坐牢。可是他却轻而易举地将这种反抗用一句俳句给"一语道破"了。

Ｖ Nếu bị cưỡng ép phải thông qua những điều vô lý trái khoáy, thì dù có dùng cách nói hợp tình hợp lý đến đâu cũng vẫn bị gạt đi. Không những thế trong các trường hợp đó, người bề trên thường hay lạm dụng quyền lực của mình.

Có vẻ như đây cũng là một kiểu mỉa mai đặc trưng của trò chơi bài Karuta Edo dành cho vùng Kansai (vùng có triều đình). Bởi vì họ chính là những người cầm quyền vô lý hay được trêu là "đã ngược ngạo lại còn vũ phu". Vì họ vừa ngược ngạo lại kèm cả sức mạnh để tấn công nên không gì địch nổi.

Tuy nhiên, như tôi đã nói, Kobayashi Issha có một câu rất nổi tiếng là "Chú chim sẻ nhỏ đang chơi trên đường, ngựa sắp đi qua hãy tránh ra nhường". Ghép hai câu vào với nhau sẽ ra sao?

Ta sẽ có một câu thế này: Những con chim sẻ bé nhỏ kia. Ngựa của quan "lấy sự ngược ngạo đè bẹp đạo lý" sắp đi qua đấy"

Có nghĩa là Issha đã nói một câu bao gồm sự mỉa mai dành cho quan lại đang vắt vẻo trên lưng ngựa thản nhiên dành đường bất chấp những chú chim sẻ có đang chơi vui đến đâu.

"Ngựa đi qua" chính là hình ảnh của sự ngược ngạo. Cho dù các chú chim sẻ đang ăn trên đường "có lý" đến đâu thì sự ngược ngạo vô lý ở đây cũng được thông qua hết.

Tất nhiên, "chim sẻ non" ở đây chính là những người dân thường mạnh mẽ. Rất đơn giản để ngựa có thể dẫm bẹp. Thường dân chính là những người sống mà luôn bị bề trên đá bay đi khắp nơi.

Những người dân thường đáng thương. Liệu những lời của họ có đến được tai bề trên hay không?

Thật ra, trong phần chữ MU bộ bài Karuta vùng Kansai có câu "Gió thổi qua tai ngựa" (Ngựa thời bấy giờ được phát âm là MUma chứ không phải Uma). Dù gió có thổi đến đâu ngựa cũng chẳng có cảm giác gì. Phải chăng điều này cũng ẩn chứa trong câu của Issha?

Nếu đúng thế thì việc tiếng nói của dân không đến được với quan là lẽ đương nhiên.

Không những tế, có một câu thành ngữ tương tự là "Niệm Phật vào tai ngựa",vì vậy cho dù tiếng nói có hữu ích đến đâu mà là tiếng nói của thường dân thì cũng thành vô ích.

Nỗi buồn đau của người dân hay bất kể đạo lý gì của họ - những con người yếu ớt tựa chim sẻ non-cũng buộc phải thu lại nếu bề trên ngược ngạo đi qua, tựa như câu Gió đông thổi qua tai ngựa vậy.

Ừm..Issha quả là thâm thúy.

Tinh thần phản kháng của Issha không phải dạng vừa. Vì ông đã thể hiện sự phản kháng ấy-sự phản kháng dành cho bề trên mà nếu sơ sẩy có thể sẽ bị vào lao ngục- qua những câu vè một cách rất tự nhiên tinh tế.

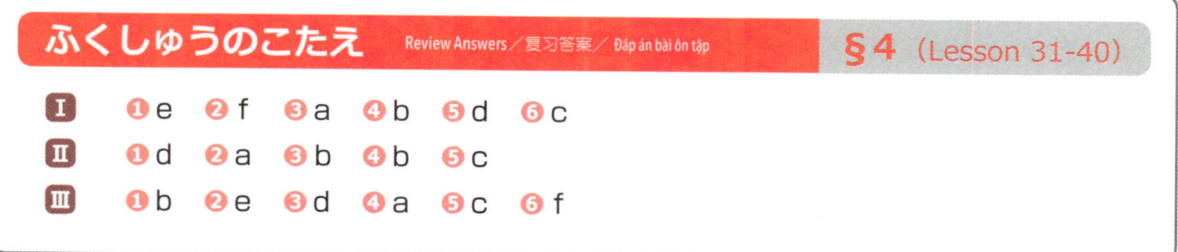

ふくしゅうのこたえ　Review Answers／复习答案／Đáp án bài ôn tập　　**§4** (Lesson 31-40)

Ⅰ　❶e　❷f　❸a　❹b　❺d　❻c

Ⅱ　❶d　❷a　❸b　❹b　❺c

Ⅲ　❶b　❷e　❸d　❹a　❺c　❻f

CHECK のこたえ　§1-4 （Lesson 1-40）

Lesson ❶

Q1　アジサイの青色のことです。

Q2　初めて鎌倉に行って魅力を感じ、もっと鎌倉のことを知りたいと思ったからです。

Lesson ❷

Q1　食中毒を予防するためです。

Q2　腹痛、下痢、食べ過ぎ、乗り物酔い、疲労などの症状に効果があります。

Lesson ❸

Q1　きわめてつまらないと思われることでもがむしゃらに仕事をすることで、予期しなかったような重大な結果に行きつくことがあるからです。

Q2　観察と分析と推理の正確周到さです。

Lesson ❹

Q1　昔から「もったいない」が教育として植え付けられた世代だからです。

Q2　「一つ買ったら三つ捨てる」ことです。

Lesson ❺

Q1　時間がある、と気を許してしまい、とりかかりが遅れたりするからです。

Q2　やや不自由な状況で、思うようにならないところです。

Lesson ❻

Q1　月がとてもきれいな日だったからです。

Q2　もう少し小鳥のなき声を聞きたかったからです。

Lesson ❼

Q1　疲れ

Q2　用心深くなった。

Lesson ❽

Q1　人間と遺伝子の98パーセントを共有する非常に近い種だからです。

Q2　動物とのコミュニケーションに関する実験では、実験の過程や評価に研究者の主観が入ってしまうことがあると感じたからです。

Lesson ❾

Q1 社会の中のイライラの絶対量が増えているし、イライラを抑えることができない人も増えているから。

Q2 イライラを抑えられない人やキレる人が増えて、よくないと思っている。

Lesson ❿

Q1 自然に即して描いています。／見えるものを、見えるとおりに描いています。

Q2 絵を見ることで世界の見方が鮮明になることです。

Lesson ⓫

Q1 論理的根拠が全く乏しいことです。

Q2 臓器移植をするためです。

Lesson ⓬

Q1 ガスが出ていることに、人よりも早く気がつくからです。

Q2 まだ誰も感じていないけれど作家が言わずにはいられないような予見みたいなものを、面白く読める物語の形で語るものです。

Lesson ⓭

Q1 条件が悪いところでは小さく、条件のよいところではどんどん成長して巨大にと、環境に合わせてフレキシブルに変化します。

Q2 環境が悪くてもよくても、最大限の成長を遂げる、変化する力です。

Lesson ⓮

Q1 日本で最初に発見された場所が東京・世田谷のゴミ捨て場だったからです。

Q2 畑でよく見られますが、都会の真ん中にも咲いています。

Lesson ⓯

Q1 図体のわりに、犬としての自覚がないなさけない犬です。

Q2 筆者の家の庭で、モリちゃんとのんびりしていたいと思っています。

Lesson ⓰

Q1 技術は習慣的になることによって身につくものであり、読書は習慣が重要だからです。

Q2 自分に適した読書法を発明することです。

Lesson ⑰

Q1 料理屋で必要な道具が全部売っている町です。

Q2 食べ物のサンプル屋。

Lesson ⑱

Q1 東京タワーの「ルックダウンウィンドウ」です。

Q2 ガラスになっている床から下が見えて、落ちそうな感覚になってしまうからです。

Lesson ⑲

Q1 我が子が友達とうまくいくように、ネット社会に適応できるように、という気持ちからです。

Q2 いつでもどこでも友達とつながっていられる反面、絶えず友達を意識していなくてはならないことです。

Lesson ⑳

Q1 多くの人の意見の中から本当に役に立つ意見を見抜くことです。

Q2 隠居後、単に反省と悔恨と自己嫌悪だけに終始するようなことです。

Lesson ㉑

Q1 大人としての自分の時間がなくなってしまうことです。

Q2 いつも通りで何もなく、自分の気持ちも全然波立たなかったからです。

Lesson ㉒

Q1 日常生活では身近ではないものを答えさせる問題が試験に出るからです。

Q2 家庭の生活レベルを調べるために出されると思いました。

Lesson ㉓

Q1 京都を旅する人たちと交流したかったからです。／道を聞かれて答えられず、恥ずかしい思いをしたことがあったからです。

Q2 スマホで調べればわかるようになったからです。

Lesson ㉔

Q1 理解しにくいと思っています。

Q2 どちらが上というわけでもないと思っています。

Lesson ㉕

Q1　歩行者に関する要件はありません。

Q2　歩行者の、夜間や物陰からの飛び出しです。

Lesson ㉖

Q1　最初からうまくできなければ、子どもの生存にかかわるからです。

Q2　これから起こる危険を感じる能力です。

Lesson ㉗

Q1　せっかく家を買ったのに、仕事でほとんど家にいられないことです。

Q2　夫は UFO に興味を持つだけでなく、それに関連する高額な旅行のパンフレットまでもらってきていたからです。

Lesson ㉘

Q1　唯一自分の甘えた本当の人格を出せる相手でした。／唯一私をいらいらさせたり、悲しませたり、すごく嬉しくさせたりする存在でした。

Q2　彼に会って、元の関係に戻るためです。

Lesson ㉙

Q1　自分の業績を上げることや、金儲けです。

Q2　正式な診断名ではないという意味です。

Lesson ㉚

Q1　犬がフィラリアになるのを防ぐためです。

Q2　犬と飼い主が離れてしまっても、すぐに見つ出すことができることです。／簡単に犬を捨てることができなくなることです。

Lesson ㉛

Q1　自分が年をとったことを実感させられるからです。

Q2　老眼鏡の具合を直すためには、老眼鏡をかけないとよく見えないからです。

Lesson ㉜

Q1　5階のトイレの窓から、隣のビルの窓へ飛び移ります。

Q2　オフィスの中で休日出勤していたと思わせることができるからです。

Lesson ㉝

Q1 一人で家を出ていく父を想像すると、かわいそうに思えたからです。

Q2 いつも最後に入浴をすることです。

Lesson ㉞

Q1 教授会組織が変わろうとしないからです。

Q2 大学が科学の変動に的確に対応する運営組織をつくることです。

Lesson ㉟

Q1 ある現象で生じている反応や運動の規則性を記述するだけに留まらず、より基本のレベルに遡って、その原因や法則性を明らかにする方法です。

Q2 余分な効果が取り払われるので、法則がより鮮明に現れ、物質構造とそこに作用する力の関係が明確に把握できる点です。

Lesson ㊱

Q1 大陸移動説を評価したことや、火山や地震や日本列島の形成などの試論からわかります。

Q2 自然を丸ごと捉える幅広い視野があったからです。

Lesson ㊲

Q1 酔っ払って道路に寝てしまい、車にひかれたからです。

Q2 死後の世界だからです。

Lesson ㊳

Q1 北東の方角は鬼門と呼ばれ、北東は十二支でいうと牛（丑）と虎（寅）の方角だからです。

Q2 昔の人々にとって鬼はこわいもので、敵になったら困るので、よい意味でしか使わなかったのだろうと言っています。

Lesson ㊴

Q1 専門の違いから、議論する方法や方法論が違ってきて、新たな専門分野ができるからです。

Q2 研究の中身が深くなり、他の分野との学問的な交流がなくなります。

Lesson ㊵

Q1 馬はお上や役人、雀は庶民の例えです。

Q2 お上への皮肉や反抗心、反骨心が込められています。

PART 2

実践！ 読解トレーニング
じっせん　　　どっかい
情報編
じょうほうへん

Try it for Real! Reading Comprehension Training
Information Section

实践！ 读解训练
情报篇

Thực tiễn! Luyện tập đọc hiểu
Tập Thông tin

41 市のフォト・コンテスト

　　右のページは、さくら市が主催する「観光フォトコンテスト」の作品募集の案内である。田中さんは、今回このコンテストに応募しようと思っている。下の問いに対する答えとして最もよいものを、１・２・３・４から一つ選びなさい。

問1　田中さんがとった写真のうち、応募できるものはどれか。

1　2018 年２月に行われたさくら市の祭のカラー写真
2　2018 年５月にさくら市の山で撮った、花や木々のカラー写真
3　2019 年２月に別のフォトコンテストで入賞したさくら市の名所の写真
4　2018 年４月にデジタルカメラで撮影した隣の市の風景

問2　案内の内容に合っているものはどれか。

1　入賞作品はコンテストが終わったら撮影者に返却される。
2　写真を撮るのにかかった費用は、申請すればさくら市から補助を受けられる。
3　コンテストの結果についてはすべての応募者に郵送で通知がある。
4　20 歳未満でも、保護者の同意があれば応募することができる。

The Town Photo Contest
市里举办的摄影比赛
Cuộc thi ảnh thành phố

第8回 さくら市 観光写真コンテスト

さくら市の風景、人、自然、名所、文化財、行事など、
さくら市の魅力を伝える写真を募集します。
あなた目線でとらえた一枚をお待ちしています。

グランプリ	３万円分旅行券
準グランプリ	１万円分旅行券
入賞	3000 円分旅行券

【募集期間】
・受付期間は、2019 年 4 月 1 日（月）〜 4 月 30 日（火）です。

【応募規定】
・市内で応募者本人が撮影した未発表の作品に限ります。
・2018 年 4 月以降に撮影した作品に限ります。
・発表は 2019 年 6 月中旬ごろに入賞者に通知し、ホームページに掲載します。
・撮影に使用するカメラは限定しません。
・応募はカラープリントで、１人 3 点までとします。

【応募方法】
・作品の裏面に所定の応募票を貼付して、さくら市観光協会に郵送、または持参して下さい。

【応募先】
〒 123-4567　さくら市中央区 123 － 4　　さくら会館内　さくら市観光協会

【審査結果】
・入賞者には郵送で通知します。

【注意事項】
・入賞作品は返却しません。
・作品中の建物や人物の肖像権、著作権等については、応募者の責任において問題を解決して下さい。
　また、人物を撮影する場合、応募について本人の承諾を得て下さい。
・撮影や応募に関する一切の費用は応募者の負担とします。
・年齢制限はありません。未成年者の方は保護者の同意を得たうえで応募して下さい。

主催・問合せ さくら市観光協会 （TEL 0123-45-××××） **共催** さくら百貨店、やまとホテル

⟶ p.168 に つづく

Lesson
42 国際交流ボランティア募集

　以下は、ふじ市が主催する医療通訳ボランティア養成講座受講生募集の案内である。下の問いに対する答えとして最もよいものを、1・2・3・4から一つ選びなさい。

問1　この講座に応募できるのはどの人か。

1　韓国語で十分にコミュニケーションをとることができる男子高校生

2　仕事でベトナム語の通訳経験があるが、他の言語は初級レベルの60代男性

3　仕事で英語の通訳をしていたが、医療通訳は未経験の40代女性

4　中国語力をつけるために講座を受けたいと思っている20代男性

問2　本文の内容と合っていないのはどれか。

1　定員は、4つの言語の合計として20名前後を予定している。

2　修了登録証はすべての講座に参加した人にのみ交付される。

3　定員を超えた応募があった場合、面接を実施し受講者を決定する。

4　9月8日までに講座に申し込んだ人全員に、参加できるかどうかの連絡がある。

2019 年度 医療通訳ボランティア養成講座受講生募集

目的　　ふじ市では日本語に習熟していない外国人住民が，安心して医療・保健サービスを受けられるよう、医療通訳ボランティアを養成します。全講座修了後は、医療通訳ボランティアとして登録・活動していただきます。

対象者　全講座（5回）の受講参加を前提とした上で、次の要件を全て満たす方を対象とします。

（1）20歳以上の方で通訳ボランティアに関心がある方

（2）英語・中国語・韓国語・タガログ語のいずれかの言語がビジネスレベル以上であり、十分にコミュニケーションが取れる方

（3）在住外国人の支援に関心がある方

Seeking International Exchange Volunteers
国際交流志願者報名
Tuyển tình nguyện viên giao lưu quốc tế

対象言語	英語・中国語・韓国語・タガログ語

＊本講座はボランティアとして医療通訳の技術力向上を目的としています。参加者の語学力向上が主たる目的ではありません。

開講日時				
	回	実施日	実施時間	開催場所
	第1回	10月　6日（日）	9：00 ～ 12：40	ふじ会館 2F ホール
	第2回	10月 13日（日）	9：00 ～ 12：40	ふじ会館 2F ホール
	第3回	10月 20日（日）	9：00 ～ 12：40	ふじ会館 2F ホール
	第4回	10月 27日（日）	13：00 ～ 15：40	ふじ会館 1F 研修室
	第5回	11月　3日（日）	13：00 ～ 15：40	ふじ会館 1F 研修室

医療通訳ボランティア修了認定について	全5回の講座を受講された参加者を、「医療通訳ボランティア修了登録者」とし、修了登録証を交付いたします。※講座に遅刻、欠席された方は登録されません。
受講料	無料
定員	全言語あわせて 20 名程度
募集期間	2019 年 8 月 19 日（月）～ 9 月 8 日（日）（必着）

申込方法	（1）ふじ市国際交流課ホームページ（http：//fujiXXX）上にあるオンラインフォームに必要事項を入力し、9 月 8 日（日）中までに申し込んで下さい。
	（2）募集定員を超える場合、受講できない場合があります。
	（3）参加の可否について E メールまたは書面等により 9 月 22 日（日）までに応募者全員に通知いたします。
	（9 月 22 日（日）以降、通知がない場合、国際交流課まで必ずお問い合わせ下さい）

ふじ市国際交流課　　高橋・岡本

住所：〒 123-4567 さくら市×××

電話：012-345-XXXX　　FAX：012-34-XXXX　　E-mail：fuji@ ×××

→ p.169 に つづく

Lesson 41 Answers

Vocabulary

☐ 文化財：学問・芸術・建築など、文化によって生み出された有形・無形のもの。法律で保護の対象になるもの。

☐ 目線：見方。

☐ 準〜：二番目。最高位に次ぐ。

☐ 所定：形式などが決められていること。

☐ 入賞：成績が優秀で賞をもらうこと。賞の対象になること。

☐ 貼付：切手や写真などを紙にはりつけること。

☐ 肖像権：portrait／肖像权／quyến hình ảnh

☐ 著作権：copyright／著作权／tác quyén

☐ 一切：すべて。

🔑 **Point**

問1 2018年4月以降に撮影された、未発表の写真。さくら市の魅力を伝える写真なので、隣の市の写真は使えない。したがって、答えは2。

問2 「年齢制限はありません。未成年者の方は保護者の同意を得たうえで応募して下さい」とある。したがって、答えは4。

答え　問1：2　問2：4

Lesson ㊷ Answers

Vocabulary

☐ 習熟（する）：ある物事に十分慣れ、上手になること。

☐ 前提：あることの成立を考えるときに、その始まりの時点ですでに成立が求められること。

☐ 要件：あることが成立するために必要な条件。

☐ 向上（する）：より良い方向、よりすぐれた状態に向かうこと。

☐ 主たる：主な。書き言葉的表現。

☐ 交付（する）：役所など公的な機関から一般の人に、一定の手続きをしたうえで、書類やお金が渡されること。

☐ 必着：決められた日時までに必ず届けられなければならないこと。

☐ 入力（する）：データをコンピューターのシステムに入れること。

☐ 可否：可能か可能でないか。許可されるか許可されないか。

☐ 留意（する）：あることを心にとどめて気をつけること。

🔑 Point

問1 20歳以上で、ビジネスレベル以上の語学力がある人。対象言語は英語・中国語・韓国語・タガログ語。語学力向上が主たる目的の人は応募できない。したがって、答えは3。

問2 応募者が定員を超えた場合については、「受講できない場合がある」としか書かれておらず、面接の有無などには触れていない。したがって、答えは3。

答え　問1：3　問2：3

Lesson 43 メールの連絡

以下のメールを見て、下の問いに対する答えとして最もよいものを、1・2・3・4から一つ選びなさい。

問1　このメールのタイトルとしてふさわしいものはどれか。

1　6月20日ご注文分のご入金手続きのお願い

2　商品欠品のお詫びと配送予定日について

3　ご注文キャンセルの受付完了のお知らせ

4　在庫切れによるご注文キャンセルのご確認

問2　メールの内容と合っているものはどれか。

1　この商品は他のオンラインショップからは購入できる。

2　この商品が再入荷されることになったら、店から連絡がもらえる。

3　明日までにメールに返信しなくても、請求書が届くことはない。

4　お詫びとして、1割引きのクーポン券が郵送される。

青山　愛子　様
このたびは当店をご利用いただき、誠にありがとうございます。
「オンライン家電ショップ　ドキドキ」店長の佐々木です。
この度はご確認をお願いしたいことがあり、ご連絡を差し上げました。

今回ご注文いただいた商品は在庫切れのため、ご注文を確定することができませんでした。
この商品は、メーカーで生産終了となっており、今後再入荷する予定もございません。
せっかくご注文いただきましたのに、ご希望に添えず、大変申し訳ありません。
つきましては、誠に恐れ入りますが、お客様の以下のご注文をキャンセルさせていただければと存じます。
ご確認をお願いし、ご不明な点などがございましたら、明日13時までに本メールにご返信いただけますでしょうか。
※明日13時までにとくにご連絡のなかった場合は、こちらでキャンセル手続きを
　完了させていただきます。何卒ご理解のほどお願いいたします。

Communicating by Mail
网络信件的联系
Liên lạc bằng email

＜ご注文内容＞
商品名　ＵＳＢスピーカー
［受注番号］ＪＰ１２５８
［注文日時］2019年6月20日　21：00
［ご注文者］青山　愛子 様
［支払方法］クレジットカード決済
※決済手続きは完了しておりません。
［商品代金］3400円
［送料］240円
［合計］3640円
このままキャンセル手続きが完了した場合、お客様に請求が行くことはありませんので、
ご安心ください。

このたびはお客様にお手数をおかけし、大変申し訳ございませんでした。
つきましては、お詫びの気持ちを込め、
【3000円以上で使える10%OFFクーポン】を配布させていただきます。
ご利用方法につきましては、こちらをご覧ください。
https://dokidoki/coupon ×××

今後とも、ご不明な点などがございましたら、ご遠慮なくお知らせくださいませ。
どうぞ、よろしくお願い申し上げます。

■「オンライン家電ショップ　ドキドキ」
■担当者：佐々木
■運営会社：株式会社 ドキドキ
〒123－××××
東京都×××
■ショップURL
https://dokidoki/ ×××
当店のメルマガ会員になりませんか？
https:/
■メールアドレス：XXX@XXXXXX
■電話番号：XXXXXXXXXX
※営業時間は平日XX時からXX時です。
ご注文は24時間受付けております。
お問合せメールへの返信は2営業日以内にいたします。

⟶ p.174 に つづく

Lesson
44 インターンシップの参加者募集
さん　か　しゃ　ぼ　しゅう

右のページは、やまと大学キャリアセンターのインターンシップについての案内である。下の問いに対する答えとして最もよいものを、１・２・３・４から一つ選びなさい。

問1　山下さんは金融機関でのインターンシップを希望している。７月中は短期留学のために日本にいない。帰国したらできるだけ早く、応募したいと思っている。申し込みの手順として合っているものはどれか。

1　作成した書類を自分でよく見直し、８月18日までにやまと信用金庫本店に郵送する。

2　添削を受けた書類を８月７日までにメールに添付してキャリアセンターに送る

3　８月11日までに教員の添削を受け、書類をメールでキャリアセンターに持参する。

4　指導教員に推薦手続きを依頼し、８月７日までキャリアセンターにメールで送る。

問2　案内の内容に合っているものはどれか。

1　応募書類をキャリアセンターに送る際は、件名を「やまと大学インターンシップ」とする。

2　学内締め切りは企業等の締め切りよりも早めに設定されているため、数日遅れたとしても問題はない。

3　大学の優先枠があるインターンシップについても、ホームページ上で確認できる。

4　SKU銀行駅前支店の募集要項は、銀行に問い合わせて取り寄せなければならない。

Seeking Interns
工作实习的参加报名
Tuyển người tham gia thực tập

やまと大学キャリアセンター
大学を経由するインターンシップについて

2019 年度大学経由のインターンシップ一覧

学内締切	企業名等	実習時期
7 月 27 日	やまと信用金庫本店 https:// ××××…	8 ／ 18 ～ 8 ／ 20
8 月 7 日	さくら総合病院 https:// ××××…	8 ／ 25 ～ 8 ／ 28
8 月 7 日	SKU 銀行駅前支店	8 ／ 25 ～ 8 ／ 27
8 月 11 日	やまと市役所 https:// ××××…	8 ／ 28 ～ 8 ／ 30

注意事項

ＨＰ上のリンクから必要書類を確認してください。リンクのないものは、募集要項のみ本校に届いているインターンシップです。詳細を知りたい方はキャリアセンターに出向いて確認してください。

この一覧とは別に本大学の受入優先枠のあるインターンシップはＨＰ上の「やまと大学インターンシップ優先枠一覧」に詳細を掲載していますので、確認してください。

最近、インターンシップ受け入れの審査が厳しくなってきています。エントリーシート提出の際には、できるだけ指導教員やチューターに添削してもらうことをおすすめします。キャリアセンターでも添削を行っていますのでぜひご利用ください。

大学への書類提出について

・推薦手続きや郵送にかかる日数を考慮し、学内締切を※企業等締切の原則【10 日前（土日祝日を除く）】としていますので、事前によく確認してください。

・エントリーシート・応募票の提出はメールにデータを添付して期限までにキャリアセンターまで提出してください。 メールアドレス E-mail:career-sakura@ ×××
なお、メールの件名は例「●●銀行インターンシップ」など、インターンシップ先を記載してください。

※行きたい企業等が一覧にない場合でも、企業等から大学を経由するよう指示があった場合、キャリアセンターで受け付けています。 締切日の 10 日間前（土日祝日を除く）までにキャリアセンターに必要書類を提出してください。

⟶ p.175 に つづく

Lesson 43 Answers

Vocabulary

□ 家電：家庭電化製品。

□ 入荷（する）：商品を店や倉庫などに納めること。

□ 決済（する）：商品の売買を完了すること。支払いを済ませること。

□ 入金（する）：お金を支払うこと。お金を受け取ること。　※立場によって両方の意味・使われ方がある。

□ 欠品：客の注文した商品が店になく、注文に応じられないこと。

□ 配送（する）：荷物を送り届けること。発送から配達までの全体の意味を持つ。

🧩 〜につきましては

「〜については」と同じ意味。改まった言い方で、ビジネスの場面で、主に客に対して使われる。

🔑 **Point**

問1 在庫切れのため、「ご注文をキャンセルさせていただければと存じます」と書かれている。青山さんからキャンセルの手続きをしたのではない。したがって、答えは4。

問2 「※明日 13 時までにとくにご連絡のなかった場合は、こちらでキャンセル手続きを完了させていただきます」とある。したがって、答えは3。

答え　問1：4　問2：3

Lesson ㊹ Answers

Vocabulary

- □ 信用金庫：非営利で、一定の地域のために機能する金融機関。
- □ 仲介（する）：両者の間に入って話をまとめること。
- □ 媒体：medium／媒体／trung gian
- □ 要項：必要なことや大事なこと。また、それを書いたもの。
- □ インターンシップ：学生が、就職の前に企業で実際の仕事の経験ができる制度。
- □ 詳細：詳しいこと。
- □ 枠：人数などの制限。
- □ 添削（する）：文章などを、削ったり変えたり加えたりして、内容を良くすること。
- □ 原則：principle／原則／nguyên tắc
- □ 事前：事をする前。事の起こる前。
- □ 添付（する）：書類などに付け加えること。
- □ 手順：物事をする順番。
- □ 早め：決まった時間や時期よりいくらか早いこと。いつもよりいくらか早いこと。
- □ 取り寄せる：注文して品物を用意させること。

🔑 Point

問1 山下さんが応募できるのは、学内締切が8月以降のもの。金融機関を希望しているため、応募可能なのは「SKU銀行駅前支店」。教員に推薦手続きを依頼する必要はない。したがって、答えは2。

問2 「この一覧とは別に本大学の受入優先枠のあるインターンシップはHP上の『やまと大学インターンシップ優先枠一覧』に詳細を掲載しています」とある。したがって、答えは3。

答え　問1：2　問2：3

Lesson
45 病院の案内
びょういん　　あんない

　右のページは、さくら総合病院の案内である。下の問いに対する答えとして最もよいもの
を、1・2・3・4から一つ選びなさい。

問1　グエンさんは今年の4月にこの病院の内科で診察を受けたが、今回は皮膚科を受
　　　　診するため、他の病院で書いてもらった紹介状を持ってきている。今回受診する
　　　　際の手続きとして、合っているものはどれか。

　　1　再来窓口に診察券と紹介状を提出し、総合案内で受診する科の変更をする。

　　2　診療申込書に記入し、3番窓口に保険証、紹介状とともに提出する。

　　3　6番窓口で受診する科の変更手続きをしてから、新患受付に診察券を出す。

　　4　総合案内でどの科を受診するか相談し、3番窓口に予約票と診察券を出す。

問2　案内の内容と合っているものはどれか。

　　1　予約票がある人の方が、紹介状のみの人よりも優先的に診察を受けられる。

　　2　5番窓口に受付票と黄色いファイルを提出すると、モニター画面に金額が表
　　　　示される。

　　3　休診日に救急で受診する際は、3番窓口で受け付けを行う。

　　4　次回の予約は、再来窓口ではなく医師と直接やりとりすることになっている。

Hospital Guidance
医院指南（介绍）
Hướng dẫn trong bệnh viện

さくら市立総合病院受付のご案内

➤ **診療日・受付時間**
月曜日〜金曜日　8時00分〜午前11時30分　※診察は午前9時から

➤ **休診日**
土・日・祝日、年末年始（12月29日〜31日、1月1日〜3日）
※休診日や診療時間外は、救急外来へお越しください。

➤ **受付方法**

✦ **新患**
はじめて当病院に来られる方、または初めての科を受診される方
※前年1月1日以前に受診された方は新患扱いとなります
・3番窓口（新患受付）前のテーブルに置いてある診察申込書に必要事項を記入し、3番窓口に健康保険証を添えて提出してください。その際、紹介状や検査の結果をお持ちの方は一緒に提出してください。
・どの科で受診すればいいのかわからない場合は、総合案内にご相談ください。

✦ **再来**
以前受診（前年1月1日以降）された科にかかられる方
・1番窓口（再来窓口）に診察券と予約票（予約している場合）を提出してください。

|お願い| 保険証や住所、氏名等の変更があった場合は、速やかに6番窓口へご提出ください。

➤ **診察**
・お名前が呼ばれましたら、診察室へお入りください。
・当院では、診察予約の患者様と他医療機関からの紹介状をお持ちの患者様を優先的に診察しております。予約外や紹介状をお持ちでない患者様は、診察までの待ち時間が長くなる場合があることをご了承ください。
・診察が終わりましたら、医師と次回の予約をして予約票、受付票、診察券、処方せん（薬のある方）を受け取ってください。

➤ **会計**
・診察終了後、5番会計窓口に受付票と黄色いファイルを提出してください。会計番号札をお渡しします。モニター画面に会計番号が表示されましたら、会計書をお渡ししますので、支払い窓口でお支払いください。

⟶ p.178 に つづく

Lesson 45 Answers

Vocabulary

☐ 診察（する）：医者が患者の具合を直接みること。

☐ 救急：急病人やけがをした人などに対して急いで手当てをすること。

☐ 外来：入院患者に対して、病院に来て治療を受ける患者。

☐ 新患：新しい患者。

☐ 受診（する）：診察を受けること。

☐ 〜を添えて：〜を付けて。〜も一緒に。

☐ かかる：取り扱われる、世話を受ける、などの意味も表す。　例）医者にかかる、病院にかかる

☐ 速やか：物事の進行が速い様子。時間をおかずにすぐ行う様子。

☐ 処方せん：医師が患者に出す薬の内容について指示した書類。

☐ やりとり：相手との間で、物や情報などを送ったり受け取ったりすること。

🧩 〜することになっている

「〜する決まり /ルールだ」という意味で、会話でよく使われる。

🔑 Point

問1 初めての科を受診するので、新患扱いになる。手続きは 3 番窓口。したがって、答えは 2。

問2 「診察が終わりましたら、医師と次回の予約をして」とある。したがって、答えは 4。

答え　問1：2　問2：4

さくいん INDEX
索引
Chỉ mục

		Lesson
〜いかん	今日の面接の結果**いかんで**合格・不合格が決まる。	25
〜いかんにかかわらず ／〜如何にかかわらず ／〜如何を問わず	学歴の**いかんにかかわらず**、実力のある人を採用します。	25
〜かいがある ／〜かいあって	みんな喜んでくれて、頑張った**かいがあった**。	20
〜かいもなく ／〜かいがない	あれだけ勉強した**かいもなく**、試験に落ちてしまった。	20
〜限り	私が知っている**限り**、イベントは予定どおり行われる。	13
〜かたわら	彼は、大学で勉強する**かたわら**、出版社でアルバイトもしている。	23
〜がてら	運動**がてら**、歩いて通勤しています。	21
〜かというと	出席したい**かというと**、それほどでもありません。	17
〜(か)と思いきや	娘は勉強している**かと思いきや**、漫画を読んでいた。	22
〜かと思えば	雨が降りだした**かと思えば**、すぐに止み、ほっとした。	14
〜からというもの	彼女と別れて**からというもの**、彼はすっかり元気がない。	30
〜からには	出場する**からには**、優勝をめざします。	18
〜きわまりない	レストランでタバコを吸われるのは不愉快**きわまりない**。	29
〜ざるを得ない	雨が強かったので、試合を中止せ**ざるを得なかった**。	40
〜(し)ようものなら	この書類をどこかに置き忘れ**ようものなら**、大変なことになる。	32
〜ずにすまない ／〜ずにはいられない	車に傷をつけられて、一言言わ**ずにはすまない**。	9

● 監修者

水谷 信子

（お茶の水女子大学・明海大学名誉教授、元アメリカ・カナダ大学連合日本研究センター教授）

● 著者

森本　智子（元広島 YMCA 専門学校専任講師）
黒岩 しづ可（元日本学生支援機構東京日本語センター日本語講師）
青木　幸子（松江総合ビジネスカレッジ専任講師）
高橋　尚子（熊本外語専門学校専任講師）
渡邉　亜子（元明海大学非常勤講師）

レイアウト・DTP	オッコの木スタジオ
カバーデザイン	花本浩一
本文イラスト	太田 DOKO
翻訳	Alex Ko Ransom ／司馬黎／王雪／李卓／ Nguyen Van Anh ／ Duong Thi Hoa
編集協力	古谷真希

本書へのご意見・ご感想は下記 URL までお寄せください。
https://www.jresearch.co.jp/contact/

日本語 N1　文法・読解まるごとマスター

令和 元 年（2019 年）　8 月 10 日　初版 第 1 刷発行
令和 元 年（2019 年）　12 月 10 日　　　第 2 刷発行

監　修　者　水谷信子
著　　　者　森本智子・黒岩しづ可・青木幸子・高橋尚子・渡邉亜子
発　行　人　福田富与
発　行　所　有限会社 J リサーチ出版
　　　　　　〒 166-0002　東京都杉並区高円寺北 2-29-14-705
電　　　話　03(6808)8801（代）　FAX 03(5364)5310
編　集　部　03(6808)8806
　　　　　　https://www.jresearch.co.jp
　　　　　　twitter 公式アカウント　@ Jresearch_
　　　　　　https://twitter.com/Jresearch_
印　刷　所　中央精版印刷株式会社

ISBN 978-4-86392-446-8